MISINGI YA IMANI

MASOMO 13 YA KUKUA KATIKA NEEMA NA MAARIFA YA YESU KRISTO

UTANGULIZI UMEFANYWA NA

JOHN MACARTHUR

The Master's Academy International

ISBN: 979-8-9857166-2-7

KUKARIBISHWA NA UTANGULIZI

Misingi ya Imani huenda ikawa siri iliyohifadhiwa vyema kuliko zote katika kanisa la Grace Community Church.

Ilizalishwa kutokana na hitaji la furaha miongo kadhaa iliyopita nilipokuwa mchungaji mchanga na kanisa la Grace lilikuwa dogo kiasi. Tulikuwa tunakua. Familia na watu binafsi—wengine wapya katika imani na wengine wapya tu katika eneo hilo— walikuwa wakija kanisani kwa makundi. Nyuso nyingi mpya. Suli nyingi za kipekee. Tulihitaji kuhakikisha kwamba kusanyiko hili linalokua lilikuwa limekita mizizi katika mafundisho ya kimsingi ya imani.

Misingi ya Imani kimekuwa na nafasi muhimu katika ukuaji wa kiroho wa kusanyiko letu tangu wakati huo. Huwapa waumini wapya msingi thabiti wa kitheolojia. Huwasaidia Wakristo waliokomaa zaidi kutia makali uelewa wao wa mafundisho muhimu na kuwatayarisha kwa ajili ya uinjilisti na uanafunzi. Hulea ile aina ya pekee ya umoja ambao kwa kweli una uzito katika kanisa—umoja uliojikita katika ufahamu wa pamoja wa ukweli wa Mungu.

Licha ya umuhimu wake kwa kanisa la Grace Community kwa miaka mingi, Misingi ya Imani kimesalia, kama nilivyosema, kuwa siri kwa kiasi fulani. Isipokuwa kwa makanisa machache, rasilimali zake hazijatumika kwa kiasi kikubwa. Hiyo ni, kufikia sasa. Kwa neema ya Mungu, sasa tunalo jukwaa ambalo kutoka kwalo tunaweza kuiweka rasilimali hii yenye nguvu katika makanisa kote nchini. Unachokishika mikononi mwako kimepitia miongo kadhaa ya kuboreshwa. Ni tunda la miaka mingi ya maandalizi, mafundisho, na utekelezaji. Baada ya kufundishwa na kujaribiwa darasani, kimejidhihirisha kuwa cha kuleta matokeo kupitia kwa maisha kiliyoyashawishi.

Bila shaka, nguvu iliyo nyuma ya mtaala huu haipo katika muundo au mpangilio wake, bali katika Neno la Mungu ambalo ndilo msingi wake. Tunajua kwamba Roho Mtakatifu anapotumia Neno lake katika mioyo ya watu, maisha yao yanabadilishwa. Na ndiyo sababu ninafurahi sana kwamba nyenzo hizi zimepata njia kufikia kwako. Misingi Ya Imani kimekaribisha maelfu kwa maelfu ya watu katika kanisa na katika familia ya Kristo. Kimewasaidia waumini kujenga msingi wa kiroho wa mwamba imara.

Ninaamini kitakufaidi wewe na kanisa lako vivyo hivyo.

Mchungaji-Mwalimu

Kanisa la Grace Community

Sun Valley, California

YALIYOMO

UTANGULIZI

Funzo la Biblia la *Misingi ya Imani* limekuwa la kimsingi katika maisha ya kanisa la Grace Community. Hutumika katika darasa la waumini wapya, katika kazi ya uinjilisti, na kama utangulizi kwa yale ambayo kanisa letu linaamini. Darasa la kawaida huwa na wanafunzi kama kumi. Baadhi ni wasio Wakristo wanaojiunga na darasa kwa sababu rafiki aliwahimiza kufanya hivyo. Wengine ni watakatifu wazoefu wanaotaka kukumbushwa mafundisho ya kimsingi ya imani yetu. Mazingira haya yenye utofauti huchochea maingiliano kati ya mwalimu na mwanafunzi na mara nyingi maingiliano haya hujenga mahusiano yanayodumu maisha yao yote. Ukubwa wa madarasa huyaruhusu kufanya kazi vizuri kama makundi madogo na kupunguza mwelekeo wa mwalimu "kuhadhiri" au "kuhubiri" nyenzo. Washiriki wa darasa ambao hukamilisha masomo waliyopewa na kushiriki katika majadiliano huripoti faida kubwa kutokana na funzo hili.

Ushuhuda wa kawaida katika kanisa la Grace Community ni kutoka kwa watu waliofikiri kuwa wameokoka na kisha wakajiunga na darasa la *Misingi ya Imani*, na kisha kuona kwamba kweli hawakuielewa injili. Kupitia darasa hili hatimaye walijifunza ukweli kuhusu Ukristo na kisha kuona maisha yao yakibadilishwa na injili. Haiwezekani kueleza ni watu wangapi wamefika kwenye imani inayookoa kupitia madarasa haya, lakini kwa urahisi ndicho chombo chenye matokeo zaidi cha uinjilisti ambacho tumetumia.

Misingi Ya Imani ni chipukizi la imani kwamba kiini cha Ukristo ni ukweli—ukweli kumhusu Mungu Baba, Kristo, na Roho Mtakatifu; ukweli kuhusu dhambi ya mwanadamu na mpango wa Mungu wa wokovu; ukweli kuhusu mapenzi ya Mungu yaliyofunuliwa kwa ajili ya kanisa na maisha yetu binafsi. Unachoamini ni muhimu, na ni muhimu milele. Imani potofu kumhusu Mungu huwaongoza watu jehanamu (Mathayo 7:22 22–23. Ukristo ni imani iliyojikita katika kweli za Biblia, ambayo ndiyo ufunuo pekee uliovuviwa na ulioandikwa na Mungu.

Nyenzo hii hutumiwa vyema katika kikundi kidogo cha watu waliojitolea. Ukijitolea kuhudhuria madarasa haya, kufanya mazoezi awali, na kushiriki, utapata ufahamu ulioongezeka wa misingi ya imani ya Kikristo.

JINSI YA KUTUMIA MAZOEZI YA SOMO

Misingi ya Imani vya msingi darasani:

1. Jitayarishe kwa kila kipindi kwa kupakua ujumbe wa zoezi kutoka kwa www.gty.org/fof , kwa kuandika kumbukumbu, na kwa kutambua maswali unayoweza kuwa nayo, na kujaza majibu katika kitabu cha mazoezi. Utahitaji Biblia yako iwe karibu unapoyafanya mazoezi na unapokuwa kwenye vipindi vya darasani.

2. Vipindi vya darasani au vya makundi havitahusisha kujaza majibu kwenye kitabu cha mazoezi. Muda wa darasa utatumika kupanua na kujadili mada muhimu katika somo na kujibu maswali yoyote uliyo nayo kuhusiana na somo.

3. Kadiri unavyojitayarisha vyema ndivyo utakavyoweza kushiriki vizuri zaidi na ndivyo utakavyofaidika zaidi na mwingiliano wa darasa.

4. Njoo ukiwa tayari kuingiliana na kujifunza.

KWA MWALIMU/MKUFUNZI

JINSI YA KUTUMIA KITABU HIKI CHA MAZOEZI

Misingi ya Imani ni mtaala uliosanifiwa ili kuwapa waumini wapya msingi thabiti wa imani yao. Kwa sababu ya asili pana ya nyenzo hii, ni chombo muhimu sio tu kwa Wakristo wapya, lakini pia kwa watakatifu wakongwe zaidi na hata wale wanaouchunguza Ukristo kutoka nje.

Kwa mwalimu wa *Misingi Ya Imani* : Kumbuka siku za baada ya kuokoka, maswali uliyokuwa nayo, msisimko wako, na njaa yako ya kujifunza. Omba kwamba wale walio darasani mwako watakuwa na kutazamia kuko huko kuhusu kile wanachoenda kujifunza. Wajibu wako ni kuwaongoza kupitia kitabu cha mazoezi na kuyafanya masomo yafikie kiwango cha wanafunzi ili waweze kuyanywa maziwa ya Neno la Mungu na kukua kwayo (1 Petro 2:2).

Kufanya kazi na waumini wapya kunaweza kuwa na changamoto. Wanakuja na maswali mengi, baadhi yakiwa hayahusiani sana na somo la wakati huo. Maswali yao mengi yanatoka kwa mafundisho ya awali kuhusu Ukristo, upendeleo wa wazazi, na maeneo mengine ya ushawishi. Ni muhimu kwamba uwe umejitayarisha kikamilifu kabla ya kufundisha darasa. Huenda usiwe na majibu yote, lakini unapaswa kujua mahali pa kuyapata, hata kama hiyo inamaanisha kuyajibu katika darasa lijalo. Maandalizi moja ya jumla ni kujua mtiririko wa yaliyomo katika *Misingi ya Imani* na kuweka Jedwali la Yaliyomo karibu. Kutakuwa na nyakati ambapo utahitaji kuweka kando swali kutoka kwa darasa kwa muda kwa kusema, "Tutakuwa tukiitazama mada hio katika somo la X. X." Mojawapo ya changamoto zako itakuwa kuliendeleza darasa kwenye njia sahihi.

Kumbukumbu za mwalimu zinazotolewa baada ya kila somo zinakusudiwa kujaliza habari katika zoezi la wanafunzi. Katika kujifunza kwako mwenyewe na maandalizi unapaswa kukusanya habari zinazopita yale yanayopatikana katika zoezi la wanafunzi ili ukaweze kuliongoza darasa kupitia nyenzo katika kila somo na kujibu maswali. Kumbukumbu hizi zimesanifiwa ili kusaidia kukupa vigezo kwa kila somo na kukupa mawazo kuhusu jinsi ya kulielekeza darasa.

Unapaswa kutayarisha kila somo kwa njia inayotazamia maswali ambayo wanafunzi pengine wanaweza kuibua kwenye kila mada. Fuatilia maswali yako mwenyewe na majibu unayoyavumbua kutokana na masomo ya ziada. Jaribu kufikiria maswali uliyokuwa nayo kama muumini mpya na uwe tayari kuyajibu kwa majibu thabiti ya kibiblia. Washiriki wa darasa lako huenda wakawa na maswali sawa.

Tumia kumbukumbu zako kama mahali pa kuanzia kwa ajili ya daftari lako la kufundishia. Chukua chenye manufaa kutoka kwa kumbukumbu za kufundishia na utengeze mpango wa darasa unaokusudia darasa lako mahususi.

MAONO YA MISINGI YA IMANI

Maono ya Misingi Ya Imani *ni maradufu: kwanza*, wokovu wa waliopotea, *na pili*, kuwafanya wanafunzi na kuwaanda watakatifu kwa ajili ya huduma.

Wokovu wa waliopotea

Paulo anaandika katika 1 Wakorintho 2:2, "Kwa kuwa niliamua kutokujua kitu chochote wakati nikiwa nanyi isipokuwa Yesu Kristo aliyesulubiwa." Katika 1 Wathesalonike 2:4 anaandika, "Kinyume chake, tulinena kama watu tuliokubaliwa na Mungu tukakabidhiwa Injili. Sisi hatujaribu kuwapendeza wanadamu bali kumpendeza Mungu, yeye ayachunguzaye mawazo ya ndani sana ya mioyo yetu." *Misingi Ya Imani* ni fursa ya kipekee ya kutoa ujumbe wa Injili kwa wale katika darasa lako ambao pengine hawajaokoka. Kwa hiyo, *ni muhimu kuusukia ujumbe wa injili ndani ya mipango yako ya darasa, hasa katika masomo machache ya kwanza*, kwa sababu wale wasioamini huenda wakakengeuka baada ya majuma machache ya kwanza.

Kufanya wanafunzi na kuwaandaa watakatifu kwa ajili ya huduma

Paulo anaandika katika Waefeso 4:11–12, "Na aliwapa wengine kama mitume, na wengine kama manabii, na wengine kama wainjilisti, na wengine kama wachungaji na walimu, kwa ajili ya kuwaandaa watakatifu kwa kazi ya huduma, ili kwamba mwili wa Kristo upate kujengwa.

Zingatia: *Ni kazi yako kama mwalimu kuwasogeza wanafunzi wako kwenye kiwango kinachofuata cha ukomavu wa kiroho ili waweze kutayarishwa vyema zaidi kuhudumu katika kanisa.*

Masomo yote yana mpangilio unaofanana. Yanaanza kwa mstari wa kuhifadhi akilini na kufuatiwa na muhtasari wa hoja muhimu zinazohusiana na mada. Kila sehemu ya muhtasari ina maswali mbalimbali yaliyotolewa moja kwa moja kutoka katika Maandiko. Kila somo linahitimishwa kwa sehemu ya utekelezaji. Katika wiki, kama mazoezi ya nyumbani, wanafunzi watakamilisha somo linalofuata katika kitabu cha mazoezi na kusikiliza mahubiri kuhusu mada iliyo sambamba na somo. Somo la kitabu cha mazoezi na ujumbe wa mahubiri vitatumika wakati wa darasa kama mahali pa kuanzisha majadiliano kuzungukia mada muhimu katika kila somo.

Mtaala wa Misingi Ya Imani unachukua takriban vipindi 21 vya darasa kukamilika. (Kadiria vipindi vya saa 1½, ambapo saa 1 imetengwa kwa ajili ya mafundisho.)

Utangulizi.................................... Kipindi kimoja

Somo la kwanza................................ Vipindi vitatu

Somo la pili.................................. Kipindi kimoja

Somo la tatu hadi la saba .... Vipindi viwili kwa kila somo

Somo la nane hadi kumi na tatu ..... Kipindi kimoja kwa kila somo

Kuyasahihisha Masomo

Baada ya majadiliano ya darasani juu ya somo fulani kukamilika, mwanafunzi anapaswa kulikata somo kutoka katika kitabu cha mazoezi na kulipeana ili kwamba likasahihishwe. Waombe wanafunzi wanunue daftari la inchi moja ili kuhifadhi masomo yanayorudishwa na vitini vyovyote vinavyosambazwa.

Zingatia: Lazima usahihishe kila somo ili wanafunzi wako wasiwe na majibu yasiyo sahihi katika kitabu chao cha mazoezi. Tunatumai kuwa watarejelea masomo yao mara nyingi katika miaka ijayo.

Vitini

Vitini hutumiwa na walimu wengi wa Misingi ya Imani. Hivi husaidia kujazilia masomo na kutoa taarifa za ziada kwa wanafunzi kuhifadhi kwenye madaftari yao.

Zingatia: Ni wajibu wa mwalimu kuzalisha vitini.

Madarasa yanafanywa kuwa madogo ili kukuza mazingira yenye mwelekeo wa majadiliano kwa ajili ya kujifunza. Kama mwalimu, utakuwa unatumia mbinu za mihadhara isiyo rasmi na njia za kufundishia kwa mazungumzo. **Usihubiri, bali fundisha.** Ufundishaji kwa mazungumzo ni mbinu ambapo, *badala ya kuwapa wanafunzi majibu,* mwalimu huwaongoza wanafunzi katika maudhui, *akiwasaidia kujitafutia majibu wao wenyewe.* Hii huwalazimu wanafunzi kushiriki, kuitikia, kujibu na kufikiri.

Muhimu kwa ufundishaji kwa mazungumzo ni matumizi ya maswali. Maswali hutumika:

- Kuleta taarifa—kuliendeleza somo
- Kuchochea majadiliano
- Kuongoza mjadala
- Kuchochea kufikiri
- Kudumisha usikivu wa wanafunzi
- Kuwavuta wanafunzi kwenye maudhui

Kwa kuwa utakuwa unauliza maswali na kuwachochea wanafunzi kuuliza maswali, hapa inadhaniwa kuwa unayo majibu! Kwa hivyo, ufundishaji kwa mazungumzo au mjadala unahitaji mwalimu kuwa aliyejiandaa vizuri. *Unahitaji kuwa tayari kupita kiasi!* Unahitaji kuwa tayari kujibu maswali yoyote yanayohusiana na maudhui ambayo yanaulizwa wakati wa kipindi cha kufundisha. Kwa hivyo, maandalizi ya somo ni ya umuhimu mkuu.

MAANDALIZI YA SOMO

Walimu lazima watengeneze mpango wao wa darasa ambao unazipanua zile hoja kuu katika somo. Mpango wa masomo wa mwalimu unapaswa kuthibitisha na kuunga mkono dhana zilizofunzwa kutoka kwa mazoezi ya nyumbani. Kwa mfano, somo #1, *Utangulizi kwa Biblia*, lina mstari mmoja tu juu ya kuvuviwa kwa Maandiko, yaani, 2 Timotheo 3:16. Hili ni somo muhimu na linahitaji mjadala zaidi. Kwa hivyo, ungetayarisha sehemu ya mpango wa darasa lako kushughulikia kuvuviwa kwa Maandiko na kuanzisha mjadala wakati mada hiyo katika somo inaposhughulikiwa.

Zingatia: Ukifundisha darasa kwa kupitia tu majibu ya kazi za nyumbani na kutofungua darasa kwa ajili ya majadiliano juu ya zile hoja muhimu, ushiriki wa darasa, na hivyo kujifunza kwa wanafunzi, kutakuwa chini.

Ili kujitayarisha kwa ajili ya somo, unapaswa kutambua ni hoja gani unazotaka kuzizungumzia, ni mistari gani itaonyesha hoja hizo kwa uwazi zaidi, na kisha ni maswali gani unayohitaji kuwauliza wanafunzi ili kuwafanya wang'amue hizo hoja muhimu katika mistari iliyochaguliwa. Tazamia maswali yanayoweza kutokea na uyatayarishe majibu kwa ajili yayo. Ikiwa darasa fulani halitauliza swali ambalo unaona ni muhimu kulijibu, basi liulize darasa swali hilo na waangalie wakijadiliana wao kwa wao. Kisha fundisha mistari inayowaongoza wanafunzi kwenye jibu sahihi, wakati wote ukiongoza mjadala kupitia maswali.

Ili kukusaidia katika maandalizi yako, katika mwongozo huu wa mwalimu zipo *Kumbukumbu za Mwalimu* kwa kila somo. Kumbukumbu hizi zitatoa mahali pa kuanzia kutoka ambapo unaweza kuandika mpango wa darasa. *Kumbukumbu za Mwalimu* pia zitakusaidia kufikiria kimantiki kupitia kila somo, na zinaweza kuwa za msaada katika kujibu maswali ya darasa.

Baadhi ya walimu pia wameona kuwa inasaidia kutumia PowerPoint kusaidia kuongoza kila darasa. Hili linaweza kuokoa muda unaotumika kugeukia vitabu vingi tofauti na linaweza pia kulazimisha darasa kufuata muundo fulani.

Udhaifu wa PowerPoint ni kwamba haiwaruhusu wanafunzi kuuona mstari katika Biblia zao wenyewe, na inaongeza ugumu fulani kwenye darasa kwa kuwa huwezi kunyumbulika katika kujibu maswali ya wanafunzi.

MASWALI NDIO FUNGUO ZA KUFUNDISHA KWA MAZUNGUMZO

Lazima ukatae jaribio la kutumia darasa kuwa nafasi ya kuhubiri au kuhadhiri. Darasa zuri lina mwalimu aliyejiandaa ambaye huwaongoza wanafunzi kwa kutumia maswali. Maswali ndio ufunguo wa kufundisha kwa mazungumzo. Maswali hukuza kujihusisha kwa wanafunzi na nyenzo za somo.

Aina za maswali
Zipo njia nyingi za kuuliza maswali. Unaweza kuuliza maswali ya moja kwa moja, ya juu kwa juu, ya balagha, ya kupindulika, au ya kupokezana.

Maswali ya moja kwa moja: ni wakati unapouliza swali na kisha kumwita mtu fulani katika darasa kwa kutumia jina lake. Kwa mfano, Ulijibuje swali la 3 kuhusu Yesu kujiita Mwana wa Adamu? Bill, una nini? Zingatia, jina la mtu daima hufuata swali, la sivyo wanafunzi wengine wote wataacha kusikiza. Kuna matumizi mengi ya swali la moja kwa moja; hata hivyo, kila mara tumia swali la moja kwa moja wakati jibu ni dhahiri ama sivyo darasa litanyamaza.

Tofauti na swali la moja kwa moja ni *swali la juu kwa juu*. Swali la juu kwa juu halielekezwi kwa mwanafunzi mahususi bali linatolewa kwa darasa zima. Swali la juu kwa juu ni zuri kwa kuchochea majadiliano. Kwa mfano, "Inamaanisha nini kudhibitiwa na Roho Mtakatifu?" Unayakubali majibu yote: ukirudia majibu sahihi, na kwa majibu yasiyo sahihi ukisema, "limekaribia hilo" au "sivyo hasa," lakini bila kuyarudia majibu yasiyo sahihi.

Swali la balagha linatoa habari na halitarajii jibu. Linaulizwa tu kuvutia kutaka kujua kwa wanafunzi. Kwa mfano, Je, umewahi kujiuliza ilimchukua Paulo nini kuandika barua kuhusu furaha kutoka gerezani?

Maswali ya kupindulika: hulipindua swali kumrudia mwanafunzi. Kwa mfano, ikiwa mwanafunzi anauliza, "Ninawezaje kuwa Mkristo?" unaweza kulipindua swali kumrudia mwanafunzi kama, "Unafikiri wewe unakuwaje Mkristo?" Hii hukuruhusu kubaini mahali alipo mwanafunzi.

Swali la kupokezana: ni mojawapo ya maswali muhimu zaidi. Hutumika kuhamisha swali kutoka kwa mwanafunzi mmoja hadi mwingine. Ni muhimu sana, kwa kuwa hupaswi kamwe kumweka mwanafunzi kwenye kiti cha moto. Iwapo hilo litatendeka huenda asirudi tena au asijihusishe na majadiliano ya wakati ujao. Ili kumwondoa mwanafunzi kwenye kiti cha moto, mpokeze mwingine swali. Ikiwa swali limeulizwa na mwanafunzi hajui jibu au anajibu kimakosa, basi mpokeze mwanafunzi mwingine swali hilo, au ulibadili swali hilo kuwa swali la juu kwa juu. Kwa mfano, ikiwa Bill ameketi kimya kwenye kiti cha moto, na hajui jibu, basi sema tu, "Juma, wewe waonaje?" Na kisha ulirudie swali. Kama Bill atajibu kimakosa, basi sema, "Hilo limekaribia, ila silo ninalolitafuta hasa. Je, yupo mwingine yeyote anayeweza kusaidia?" Na kisha ulirudie swali.

Maswali ya Majadiliano
Mkufunzi anapotaka kuwaongoza wanafunzi kupitia Maandiko, yapo maswali matatu ya msingi ya majadiliano. Haya ni maswali ya ugunduzi, maswali ya kufikiria, na maswali ya utekelezaji.

Maswali ya ugunduzi: humfanya mwanafunzi kutazama tu baadhi ya vipengele vya kimsingi vya Maandiko: *nani, nini, lini, wapi,* na *jinsi gani.* <u>Unapaswa daima kuwa na swali la ugunduzi tayari kuulizwa mara tu baada ya mwanafunzi kusoma mstari.</u> La sivyo, darasa litanyamaza na utaishia kuhubiri au kuuliza swali la kufikiri kabla ya utazamaji kufanywa. Pia, kumbuka, mwanafunzi anaposoma mstari, uwezekano ni kwamba hatakumbuka kile alichokisoma. *Maswali ya ugunduzi* huliruhusu darasa kuutazama mstari kabla ya swali la kufikiri kuulizwa. Kamwe usiulize swali la kufikiri hadi maswali ya ugunduzi yameulizwa kuhakiki na kung'amua kweli kutoka kwenye kifungu.

Maswali ya kufikiri: yanawahitaji wanafunzi kuweka pamoja kweli, zilizokusanywa na maswali ya ugunduzi na kufikia hitimisho. Jinsi unavyouliza *swali la kufikiri* kutamwelekeza mwanafunzi kwenye hoja unayojaribu kuleta. Mara tu mwanafunzi atakaposema <u>jibu sahihi, lirudie.</u> *Maswali ya kufikiri* mara nyingi huanza na *kwa nini* au vipi na kuwasukuma wanafunzi kwenye mahusiano na mahitimisho kulingana na kifungu hicho.

Maswali ya utekelezaji: yananuia kulitumia andiko kwa watu wote, kuutambua ukweli wa walimwengu wote unaowasilishwa katika kifungu hicho.

Sio kila kifungu kinahitaji kushughulikiwa katika mfuatano huu, lakini mwalimu anapaswa kufikiri jinsi ya kuwaongoza wanafunzi kugundua, kufikiri, na kutumia mistari inayohusu hoja kuu za kila somo.

Lengo ni kuongoza darasa kwa majadiliano au mazungumzo. Kwa majadiliano yaliyoongozwa kwa uangalifu, mwalimu huwaongoza wanafunzi katika maudhui, akiwasaidia kutafuta majibu wenyewe. Hili huwasaidia wanafunzi kujifunza wenyewe na huwalazimisha kuyafikiria Maandiko. Wanafunzi watahifadhi mengi zaidi ya yale wanayofundishwa watakapoyagundua wao wenyewe.

Tafadhali zingatia, ufundishaji kwa mazungumzo sio tu kuuliza swali hili, "Unadhani hili linamaanisha nini?" Badala yake, ufundishaji kwa mazungumzo huwasaidia wanafunzi kuona majibu yalipo na huwaongoza katika mchakato ili wajifunze wao wenyewe.

Mpango wako wa darasa, angalau, unapaswa kuwa na yafuatayo:

- Ramani inayoeleza mada utakazoshughulikia na hoja utakazozungumzia.

- Mpangilio wenye sehemu ya kila mada.

- Sehemu ndogo ya kila hoja muhimu na mistari ya kuunga mkono kila hoja.

- Maandiko yaliyotiwa ndani na maswali ya *kugundua*, *kufikiri*, na *kutumia* yatakayoulizwa kuhusu kila Andiko.

- Sehemu ya hitimisho na utekelezaji.

Ni rahisi kama mwalimu kufundisha kwa sababu za kimakosa. Wengi hufundisha kwa tamaa ya kuwafurahisha watu. Paulo anaandika katika Wagalatia 1:10, "Je, sasa mimi ninatafuta kukubaliwa na wanadamu au kukubaliwa na Mungu? Au nataka kuwapendeza wanadamu? Kama ningekuwa bado najaribu kuwapendeza wanadamu, nisingekuwa mtumishi wa Kristo." Mwalimu aletaye matokeo na mtaua lazima kwanza awe mtumwa wa Kristo, sio wa wanadamu.

Watu wanaweza kujaribiwa na kiburi wanapowekwa katika nyadhifa za uongozi na mamlaka. Kiburi hutafuta kuchukua nafasi ya utukufu kutoka kwa Mungu na ndio mzizi wa mielekeo mingi ya dhambi ndani ya mwanadamu. Petro aliandika kuhusu kiburi, "Nanyi nyote imewapasa kujivika unyenyekevu kila mtu kwa mwenzake, kwa kuwa, Mungu huwapinga wenye kiburi,lakini huwapa wanyenyekevu neema" (1 Petro 5:5). Kwa hiyo, fuata onyo la Petro katika mstari unaofuata. "Basi, nyenyekeeni chini ya mkono wa Mungu ulio hodari, ili awakweze kwa wakati wake." (1 Petro 5:6).

Jitoe kwa moyo wako wote kwa wanafunzi wako kama vile Paulo alivyofanya kwa Wakorintho alipoandika, "Hivyo nitafurahi kutumia kila kitu nilicho nacho kwa ajili yenu" (2 Wakorintho 12:15). Na umpe Mungu utukufu wote kwa muda uliotumika kuwafundisha wanafunzi kumhusu. "Yeyote asemaye hana budi kusema kama mtu asemaye maneno ya Mungu mwenyewe. Yeyote ahudumuye hana budi kuhudumu kwa nguvu zile anazopewa na Mungu, ili Mungu apate kutukuzwa katika mambo yote kwa njia ya Yesu Kristo. Utukufu na uweza una yeye milele na milele. Amina" (1 Petro 4:11).

Kunapaswa kuwa na tamaa ya kusitawisha upendo kwa Neno la Mungu sio tu moyoni mwako bali pia katika mioyo ya wengine. Unapaswa kuwafundisha wengine kwa shauku kuhusu yale ambayo wewe binafsi umejifunza kupitia kusoma kwako mwenyewe kwa Biblia.

Tunaomba kwamba utapata vipindi hivi kuwa vya kutia moyo imani yako mwenyewe na tukio la kusisimua la kuwaona wengine wakija kwa imani katika Kristo na kukuza msingi thabiti wa kimafundisho.

Kabla ya kufundisha Somo #1, ni vyema kufanya darasa la utangulizi ili kuhakiki malengo ya darasa na kuwatayarisha wanafunzi kuhusu kile kitakachojiri katika miezi kadhaa ijayo. Wakati wa darasa la utangulizi, mwalimu anapaswa kutoa vitabu vya mazoezi vya wanafunzi na kueleza kwamba jumbe zinazoambatana na kila somo zinaweza kupakuliwa kutoka www.gty.org/fof.

Mara tu vitabu vya mazoezi vinapotolewa, waambie wanafunzi jambo kukuhusu wewe na usuli wako. Kisha wajue wanafunzi; waache wajitambulishe. Jua kwa nini wanahudhuria darasa na machache kuhusu usuli wao. Lengo ni kuwafahamu kwa kina zaidi ili ukaweze kukidhi mahitaji yao vyema zaidi na kukuza mazingira ya ukaribu ya kujifunza.

Baada ya kila mtu kujitambulisha, waongoze kupitia maelezo ya utangulizi kwenye kitabu cha mazoezi na uhakikishe wanaona Jedwali la Yaliyomo na mfuatano wa mada. Wahimize kujitolea kukamilisha zoezi la somo na kusikiliza ujumbe kabla ya kuja darasani. Hakikisha wanaelewa kwamba masomo *hayapaswi* kujazwa darasani, bali yatakuwa msingi wa majadiliano yenu darasani.

Hatimaye, yahakiki malengo ya darasa:

- Kuwa na uhakika wa uzima wa milele—1 Yohana 5:11–13

- Kuandaliwa kwa ajili ya huduma —2 Timotheo 3:16–17; Waefeso 4:11–12

- Kumjua Mungu kwa kina zaidi—Kutoka 33:13

Baada ya darasa la utangulizi, kila darasa linalofuata linapaswa kufuata muundo ule ule. Hakiki mstari wa kuhifadhiwa akilini, kisha uulize kama kuna maswali kutoka kwa mazoezi ya nyumbani au ujumbe. Waongoze wanafunzi kupitia mpango wa somo uliotengeneza ili kushughulikia maudhui ya mazoezi ya nyumbani ya wiki hiyo. Mpango wako wa somo unapaswa kujumuisha hoja muhimu na mawazo unayotaka wanafunzi waelewe kufikia mwisho wa somo hilo.

Kumbuka: Unawaongoza wanafunzi wako kwa kuuliza maswali na kuongoza majadiliano badala ya kuhubiri au kutoa mahubiri.

Unapaswa kujenga mahusiano na wanafunzi wako, kuwaombea, kuwapigia simu katika juma, na kuwatia moyo. Waulize wanahisi darasa linaendelea vipi na uchukue wakati wa kuyashughulikia mahitaji maalum au majaribu ambayo huenda wakawa nayo. Ulizia mahitaji ya maombi, na uombe kwa ajili yayo mwanzoni mwa kila somo. Kuwa na nyakati za kushiriki kadiri inavyohitajika. Kumbuka kuwa mwanafunzi anayepitia jaribu, kama vile kufiwa na mpendwa, hayuko tayari kufundishwa; anahitaji kwanza kuhudumiwa.

Katika kanisa la Grace Community, tunawahitaji walimu wafanye karamu ya chakula cha mchana katika wiki ya tatu ya darasa. Baada ya karamu ya chakula cha mchana wanafunzi huwa na mwelekeo wa kuwa wazi zaidi darasani, kuuliza maswali, na kushiriki kwa kiasi kikubwa zaidi.

Kumbuka: Hawatajali kiasi cha unayoyajua hadi wajue kiasi cha unavyowajali!

Jitayarishe kwa Zoezi Lako

1. Pamoja na kitabu Pamoja na kitabu hiki cha mazoezi, utahitaji Biblia na shajara au daftari kwa ajili ya kumbukumbu za kibinafsi kutoka kwa ujumbe utakaosikia.

2. Pakua ujumbe 1, "Biblia Yetu Iliyopumuliwa na Mungu. Mungu." kutoka www.gty.org/fof.

3. Ukitumia Biblia yako, jaza majibu kwenye kurasa zifuatazo.

· · ·

Hifadhi akilini 2 Timotheo 3:16

Kila Andiko limevuviwa na Mungu na lafaa kwa mafundisho, kwa kuwaonya watu makosa yao, kwa kuwaongoza na kwa kuwafundisha katika haki.

· · ·

❖ Natumai kuwa unayathamini Maandiko. Natumai kwamba unayathamini sio kama kitu kinachopendwa au kuabudiwa mno bali kwa sababu ndiyo hazina kuu kuliko zote, mbali na Mungu Mwenyewe, tuliyo nayo. Ni Neno lake hasa, ufunuo Wake Mwenyewe. Wakati watu wanaponiuliza kwa nini ninafundisha kwa utaratibu kupitia kitabu baada ya kitabu, kwa nini ninazingatia sana kila jambo dogo na kwa kila mstari na kila kirai na kugusa maneno yote, nawaambia ni kwa sababu nayaelewa kuwa maneno ya Mungu yaliyofunuliwa kwetu kutoka kwake. Na wala singetilia shaka umuhimu wa maneno hayo kuwa sasa yanawasilishwa, kufundishwa na kueleweka na sisi sote.

- John MacArthur

Biblia ni Neno la Mungu. Inadai kuwa ukweli, ujumbe kutoka kwa Mungu hadi kwa mwanadamu. Petro wa Pili 1:21 husema kwamba "bali watu walinena yaliyotoka kwa Mungu wakiongozwa na Roho Mtakatifu."

- Maandiko yaliandikwa na takriban wanaume 40 tofauti.

- Wanaume hawa waliishi katika nc hi na tamaduni mbalimbali.

- Waliishi katika enzi tofauti (1400 K.K hadi B.K. 90).

- Waliandika katika lugha tatu: Kiebrania, Kiaramu, na Kiyunani.

Licha ya tofauti hizi, Mungu aliwaongoza waandishi kuzingatia utukufu wake katika ukombozi wa mwanadamu kupitia mhusika mmoja mkuu; Yesu Kristo, Mwana wa Mungu.

I. AGANO LA KALE (VITABU 39)

A. Pentateuki (Vitabu 5)

Vitabu vitano vya kwanza vya Agano la Kale viliandikwa na Musa karibu 1400 K.K. Mara nyingi hurejelewa kama "Vitabu Vitano vya Musa" au "Pentateuki." Viorodheshe vitabu vya Pentateuki kwa mpangilio unaoupata katika Biblia yako.

1. _____Mwanzo_____ Kitabu cha Mianzo: Uumbaji, mwanadamu, dhambi, ukombozi, taifa la Mungu

2. _____Kutoka_____ Mungu anawakomboa watu wake kutoka Misri

3. _____Mambo ya Walawi_____ Upatanisho, utakatifu, na ibada kupitia dhabihu na utakaso

4. _____Hesabu_____ Watu wa Mungu kuendelea kutotii na kutangatanga jangwani kwa miaka 40

5. _____Kumbukumbu la Torati_____ Hotuba kuu za Musa ili kuitayarisha Israeli kuingia Nchi ya Ahadi

B. Historia (vitabu 12)

Vitabu vya kihistoria viliandikwa kati ya 1400 na 450 K.K na hueleza shughuli za Mungu na watu wake wateule, Israeli, taifa la Kiebrania.

Viorodheshe vitabu hivi kwa mpangilio.

1. _____ Yoshua _____   5. _____ 2 Samweli _____   9. _____ 2 Mambo ya Nyakati _____

2. _____ Waamuzi _____   6. _____ 1 Wafalme _____   10. _____ Ezra _____

3. _____ Ruthu _____   7. _____ 2 Wafalme _____   11. _____ Nehemiya _____

4. _____ 1 Samweli _____   8. _____ 1 Mambo ya Nyakati _____   12. _____ Esta _____

C. Ushairi (vitabu 5)

Vitabu vitano vifuatavyo ni vya kishairi, vinavyoeleza kwa ushairi na nyimbo ukubwa wa Mungu na shughuli zake na wanadamu.

Viorodheshe vitabu hivi kwa mpangilio.

1. _____ Ayubu _____ Mateso na uaminifu mshikamanifu wa mtu aliyempenda Mungu

2. _____ Zaburi _____ Nyimbo za sifa na maelekezo

3. _____ Mithali _____ Hekima ya Mungu ya kiutendaji kwa ajili ya maisha ya kila siku

4. _____ Mhubiri _____ Utupu wa maisha ya duniani bila Mungu

5. _____ Wimbo Ulio Bora _____ Sherehe ya furaha ya ndoa

D. Manabii wakuu (vitabu 5)

Nabii alikuwa mtu aliyesimikwa na Mungu kuufikisha ujumbe wake kwa wanadamu. Vitabu hivi vinaitwa "Manabii Wakuu" kwa sababu kwa ujumla ni virefu kuliko maandishi ya "Manabii Wadogo. " Manabii Wakuu viliandikwa takriban kati ya 750 na 550 K.K.

Viorodheshe vitabu hivi kwa mpangilio.

1. _____ Isaya _____   3. _____ Maombolezo _____   5. _____ Danieli _____

2. _____ Yeremia _____   4. _____ Ezekieli _____

E. Manabii Wadogo (Vitabu 12)

Vitabu 12 vya mwisho vya Agano la Kale viliandikwa kati ya mwaka wa 840 na 400 K.K.

Viorodheshe vitabu hivi kwa mpangilio.

1. _____ Hosea _____   5. _____ Yona _____   9. _____ Sefania _____

2. _____ Yoeli _____   6. _____ Mika _____   10. _____ Hagai _____

3. _____ Amosi _____   7. _____ Nahumu _____   11. _____ Zekaria _____

4. _____ Obadia _____   8. _____ Habakuki _____   12. _____ Malaki _____

Agano Jipya linamfunua Yesu Kristo, Mkombozi wa wanadamu. Ndani yake tunapata

1. Maisha ya Kristo

2. Njia ya wokovu

3. Mwanzo wa Ukristo

4. Maelekezo kwa ajili ya maisha ya Kikristo

5. Mpango wa Mungu kwa ajili ya siku zijazo

A. Historia (vitabu 5)

1. Injili (vitabu 4 vya kwanza)

a. _____Mathayo_____ Maisha ya Kristo, yaliyoandikwa hasa kwa ajili ya Wayahudi, yakimfunua Yesu Kristo kama Masihi wao aliyekuwa akingojewa kwa muda mrefu

b. _____Marko_____ Maisha ya Kristo, yakimfunua Yesu kama Mtumishi mtiifu wa Mungu; yaliyoandikwa hasa kwa ulimwengu wa Kirumi

c. _____Luka_____ Maisha ya Kristo, yakimfunua Yesu kuwa yule mtu mkamilifu, yakisisitiza ubinadamu wake; yaliyoandikwa na Luka, Myunani, kwa ulimwengu wa Kiyunani

d. _____Yohana_____ Maisha ya Kristo, yakimfunua Yesu kama Mwana wa Mungu, yakisisitiza uungu wake; ya kiinjilisti sana

Ni sababu gani mbili zilizotolewa za kuandikwa kwa Injili ya Yohana (Yohana 20:31)?

1. _Kuonyesha kwamba Yesu ndiye Kristo (Masihi), Mwana wa Mungu (Uungu)_

2. _Kwamba katika kuliamini jina lake, wenye dhambi wanaweza kupata uzima_

2. Historia ya Kanisa la Pale Mwanzo (kitabu 1)

Matendo ya Mitume Mwanzo na kuenea kwa kanisa la Kikristo; kinaweza kuitwa "Matendo ya Roho Mtakatifu," na kiliandikwa kama chombo cha kiinjilisti

B. Barua au Nyaraka (vitabu 21)

Vitabu hivi viliandikwa kwa watu binafsi, kwa makanisa, au kwa waumini kwa ujumla. Barua hizo zinashughulikia kila kipengele cha imani na wajibu wa Kikristo.

Viorodheshe kwa mpangilio.

1. Barua za Paulo (vitabu 13)

a. _______ Warumi _______   h. _______ 1 Wathesalonike _______

b. _______ 1 Wakorintho _______   i. _______ 2 Wathesalonike _______

c. _______ 2 Wakorintho _______   j. _______ 1 Timotheo _______

d. _______ Wagalatia _______   k. _______ 2 Timotheo _______

e. _______ Waefeso _______   l. _______ Tito _______

f. _______ Wafilipi _______   m. _______ Filemoni _______

g. _______ Wakolosai _______

2. Barua za Jumla (vitabu 8)

a. _______ Waebrania _______   e. _______ 1 Yohana _______

b. _______ Yakobo _______   f. _______ 2 Yohana _______

c. _______ 1 Petro _______   g. _______ 3 Yohana _______

d. _______ 2 Petro _______   h. _______ Yuda _______

C. Unabii (kitabu 1)

Kitabu cha mwisho cha Agano Jipya kinazungumzia matukio ya wakati ujao.

- Kurudi kwa Kristo

- Utawala wa Yesu Kristo

- Utukufu wa Yesu Kristo

- Hali ya wakati ujao ya waaminio na wasioamini

Kitabu hiki kinaitwa_______ Ufunuo _______.

III. KRISTO KATIKA BIBLIA

A. Agano la Kale na Jipya yanapaswa kuonekana pamoja, kwani yote mawili yanamwonyesha Yesu Kristo kama mhusika mkuu.

Soma mistari ifuatayo na ujaze mapengo.

1. Luka 24:27 Kristo anaonekana katika _______ Maandiko yote _______.

2. Yohana 5:39. Yesu alisema Maandiko "hunishuhudia __mimi__."

B. Ufunguo ni Yesu.

5 Sheria	12 Historia	5 Ushairi	17 Unabii	4 Injili	1 Historia	21 Nyaraka	1 Unabii
Ahadi za Kristo	Kumtarajia Kristo: Mifano ya kutimizwa, Matukio, na Unabii			Dhihirisho la Kristo	Kanisa la Kristo la Kristo		Kutawazwa kwa Kristo

IV. KWA NINI BIBLIA NI MUHIMU?

Alipojaribiwa na Shetani, Yesu alirejelea Kumbukumbu la Torati 8:3: "Mtu haishi kwa mkate tu, ila kwa kila neno litokalo katika kinywa cha Mungu Mungu" (Mathayo 4:4).

A. **2 Timotheo 3:16 inasema nini kuhusu Biblia? (Chagua jibu sahihi.)**

   o Sehemu ya Biblia imevuviwa na Mungu.

   o Zipo sehemu chache zisizovuviwa.

   o ***Biblia nzima imevuviwa na Mungu.***

   o Ni zile sehemu tu zinazotuzungumzia kwa njia ya kibinafsi ndizo zilizovuviwa na Mungu.

Agano la Kale ni ufunuo wa Mungu kumwonyesha mwanadamu jinsi Mungu alivyo, Mungu ni nani, kile ambacho Mungu hustahimili na asichostahimili, na jinsi Mungu hutamani utakatifu na kuadhibu dhambi. Agano Jipya ni Mungu aliyefunuliwa na Mwanawe katika maisha ya Mwanawe, katika ujumbe wa Mwanawe, katika ufahamu wa kazi ya Mwanawe, na katika kilele na ujio wa Mwanawe kuanzisha ufalme wake wa milele. Lakini kwa vyovyote vile, liwe Agano la Kale, liwe Agano Jipya, Mungu alinena. Na tulicho nacho kwa hakika ni Neno la Mungu. Hili sio neno la mwanadamu.

Kwa hiyo, wanadamu hawakuvuviwa, bali ni Maandiko. Mungu aliwapumulia nao wakaandika, neno kwa neno, kile ambacho Mungu aliwapumulia ndani yao. Ilikuwa zaidi ya kutoa imla. Hawakuwa tu wakisikiza sauti fulani na kuandika kama mashine kila neno; lilikuwa likitiririka katika mioyo yao na nafsi zao na akili zao na hisia zao na uzoefu wao. Lakini lilitoka kila neno likiwa Neno la Mungu. Mungu alipowapumulia ndani yao ujumbe nao wakaongozwa na Roho Mtakatifu, waliunena na baadhi yao wakauandika. Mchakato wa kimuujiza, usio wa kawaida, usioelezeka unaotuletea Neno la Mungu.

- John MacArthur

B. Je, mistari ifuatayo inaonyeshaje umuhimu wa Neno la Mungu?

1. 2 Timotheo 3:1   Maandiko yana uwezo wa kutoa hekima iongozayo kwenye wokovu

2. Waebrania 4:12   Kwa maana Neno la Mungu li hai tena lina nguvu. Lina makali kuliko upanga wowote wenye makali kuwili, hivyo linachoma hata kuzigawanya nafsi na roho, viungo na mafuta yaliyo ndani yake; tena li jepesi kuyatambua mawazo na makusudi ya moyo."

C. Neno la Mungu hufanya mambo gani manne?

1. Zaburi 19:7a ___Hurejesha nafsi___

2. Zaburi 19:7b ___Humpa mjinga hekima___

3. Zaburi 19:8a ___Hufurahisha moyo___

4. Zaburi 19:8b ___Huyapa macho nuru___

V. UTEKELEZAJI

Kulingana na yale ambayo umejifunza kuhusu Biblia, itikio lako linapaswa kuwa nini?

(Majibu yatatofautiana)

____

____

____

____

❖ *Inapofikia kuishi kitaua na utumishi wa kitaua, kukua "kwa nidhamu na mafundisho ya Bwana" (Efe. 6:4), Maandiko yaliyopumuliwa na Mungu hutoa mfumo mpana na kamili wa ukweli wa kiungu unaohitajika ili kuishi kama vile Baba yetu wa mbinguni anavyotamani tuishi. Hekima na mwongozo ili kuyatimiza yote anayotuamuru kuyaamini, kuyawaza, kuyasema, na kuyatenda hupatikana katika Neno Lake lisilo na makosa, lenye mamlaka, pana, na kamili.*

Bila shaka haiwezekani kuamini, kuelewa, na kufuata, kile ambacho hata hukijui. Ni batili kabisa, na pia ni upumbavu kutarajia kuishi maisha ya kiroho bila kujua ukweli wa kiroho. Waumini ambao hawajafundishwa kibiblia, hasa wale walio katika makanisa ambayo hayajafundishwa kibiblia, ni mawindo rahisi kwa walimu wa uongo. Kiroho, wao ni watoto, "wanotupwatupwa huku na huku na kuchukuliwa na kila upepo wa mafundisho kwa hila za watu, kwa ujanja, kwa kufuata njia zao za udanganyifu" (Efe. 4:14). Kote katika sehemu kubwa ya historia ya ukombozi, Mungu angeweza kusema kile alichokisema katika siku za Hosea: "Watu wangu wanaangamizwa kwa kukosa maarifa" (Hos. 4:6). Ni kwa sababu hiyo, na vilevile kwa sababu kubwa zaidi ya kumheshimu Bwana, ndiyo uchambuzi wa kawaida, kitaratibu, na wa kina wa mafundisho yaliyo katika Neno la Mungu ni lazima kwa watu wa Mungu.

- John MacArthur   The MacArthur New Testament Commentary series, *2 Timothy* (Moody), © 1987 by John MacArthur. 154–55.

Tumia chati ifuatayo kuwazia uhusiano uliopo kati ya vitabu mbalimbali vya Biblia.

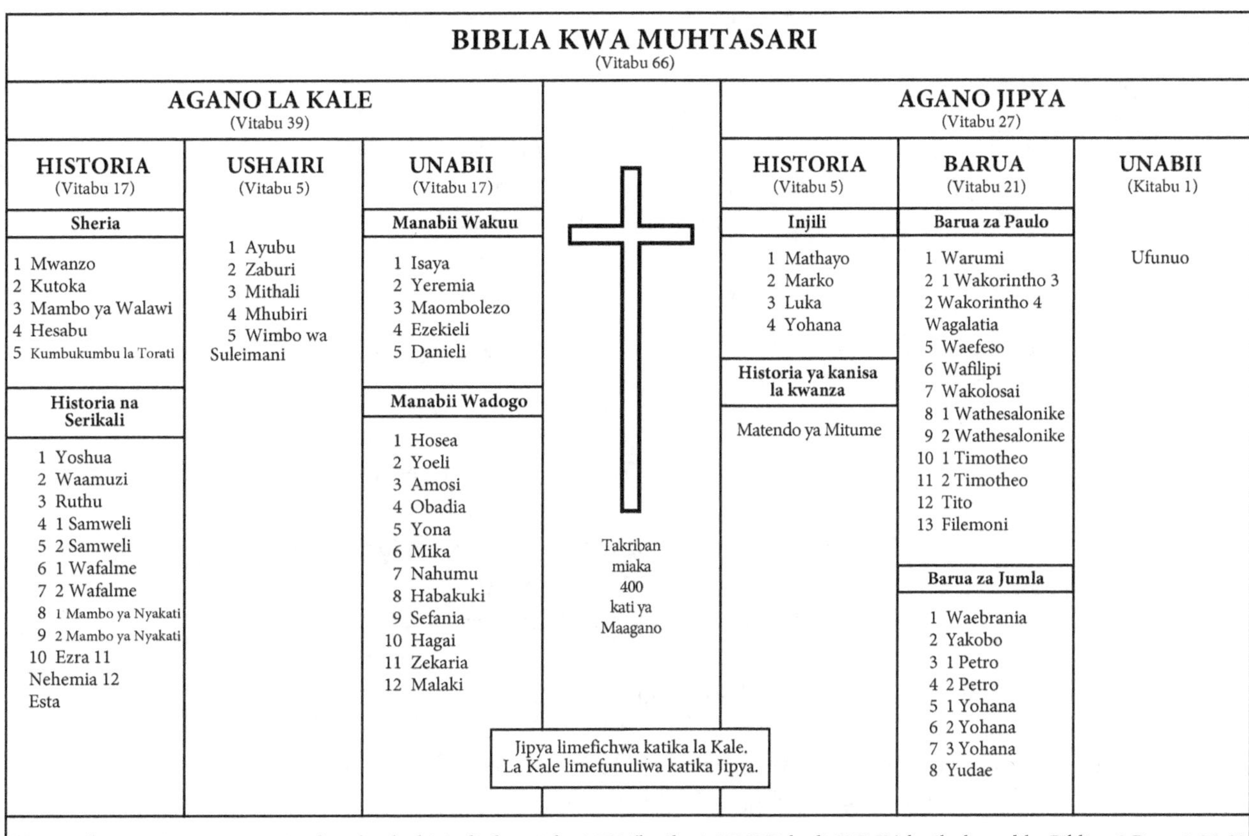

Hati za Asili
takriban 1500 K.K. hadi B.K. 100
Maandishi sitini na sita tofauti.
Baadhi ya waandishi hawajulikani

Hati katika lugha asili   Tafsiri katika lugha nyingine na nukuu

B.K. 385 - 404: Valgeti, tafsiri ya Kilatini ya Yeroma

▼

B.K. 700 - 1000: Tafsiri mbalimbali za Kianglo Kianglo-Saksoni

▼

1382: Tafsiri kamili za John Wycliffe na wafuasi

▼

1525 - 1535: Tafsiri ya kwanza iliyochapishwa na William Tyndale

▼

1535: Tafsiri ya Coverdale; 1537: Tafsiri ya Mathayo; 1539: Taverner's and Great Bible;
1560: Geneva Bible; 1568: Bishop's; 1610: Rheim's - Doua

▼

1611: Tafsiri ya The King James Version

1885: Tafsiri ya English Revised Version

▼

1901: Tafsiri ya American Standard Version

▼

Uvumbuzi Zaidi →   **1947: Hati - kunjo za Bahari ya Chumvi**

▼

1952: Revised Standard Version; 1960: New American Standard
Version
1973: New International Bible
1995: New American Standard Update; 2001: English Standard Version

UTANGULIZI KWA BIBLIA

MALENGO YA SOMO 1

1. Kueleza chimbuko la Biblia, ukiwemo ufunuo na jinsi Mungu alivyowatumia wanadamu kuandika maneno yake.

2. Kumpa mwanafunzi muhtasari mfupi wa Biblia, muundo wake na maudhui ya msingi ya kila kitabu.

3. Kuwasilisha mada kuu za Biblia: Yesu Kristo, utukufu wake, na mpango wa wokovu.

4. Kuwasilisha dai la Biblia kuwa ni maneno ya Mungu yaliyovuviwa.

5. Kumsisitizia mwanafunzi elimumwendo, mamlaka, ukweli, na ukamilifu wa Maandiko Matakatifu.

MPANGO WA DARASA KWA SOMO 1

1. Ufunuo wa asili na ufunuo maalum.

2. Maelezo ya jumla kuhusu Biblia, likiwemo chimbuko lake, majina, na tafsiri zake.

3. Uchunguzi wa Biblia: Agano la Kale na Agano Jipya. (Huu unaweza kuchukua vipindi viwili kukamilisha.)

4. Kuvuviwa na kuaminika kwa Biblia

MASWALI YA KAWAIDA KWA SOMO 1

Je, Biblia ilitoka wapi?

Ni kwa nini kuna tafsiri nyingi hivi za Biblia?

Tunajuaje kwamba Biblia ni Neno la Mungu lililovuviwa?

Itakuwaje wanadamu waliandika Biblia ila tunasema Mungu aliiandika Biblia?

MPANGILIO WA KUFUNDISHA ULIODOKEZWA KWA SOMO 1

1. Kupasha misuli moto

Ikiwa kikundi kimeongeza washiriki tangu mara ya mwisho, chukua muda mfupi kwa utangulizi. Waombe wale waliosikiliza somo kutoka kwenye Tovuti washiriki jambo moja muhimu walilojifunza.

Hakiki mstari wa Maandiko wa kuhifadhi akilini, 2 Timotheo 3:16. Fuata kwa kauli kuhusu mahali pa kuanzia kwa masomo haya: Maandiko Matakatifu ndio msingi ambao kutoka kwake nyenzo zote za *Misingi ya Imani* zitachukua mamlaka yake (2 Timotheo 3:16). Kwa hiyo, acha Maandiko yajisemee yenyewe, kwa kuwa ni hai na yatendayo kazi (Waebrania 4:12). Maneno ya Maandiko ndio yenye nguvu na yanayoweza kubadilisha mioyo na mawazo ya wanadamu.

Mpe mwanafunzi ramani ya mambo utakayoyafunza katika somo hilo:

1. Tutajadili ufunuo: ufunuo wa asili na ufunuo maalum.

2. Tutaangalia Biblia: habari za jumla, muundo, yaliyomo, na mada.

3. Tutaangalia dai la Biblia la uvuvio: kuwa maneno yenyewe ya Mungu.

2. Ufunuo

Vipo vitengo viwili vya ufunuo: ufunuo wa asili na ufunuo maalum. Waongoze wanafunzi katika majadiliano juu ya yote mawili; hata hivyo, kwanza jadili ufafanuzi wa ufunuo.

A. Ufafanuzi

Tumia kumbukumbu zako kutoka kwa ujumbe wa MacArthur na ukiongoze kikundi katika kutayarisha ufafanuzi wa *ufunuo* na *uvuvio*. Pambanua juu ya kanuni ya Mungu kama chanzo cha *ufunuo*, ilhali *uvuvio* ndio mchakato alioutumia Mungu kutupa ufunuo maalum wa Maandiko (2 Timotheo 3:16).

Ufunuo: Kitendo cha Mungu ambacho kwacho humfunulia mwanadamu jambo ambalo vinginevyo lisingejulikana.

Uvuvio: Mchakato ambao kwao Mungu, kama mchochezi, aliwaongoza wanadamu kwa Roho Mtakatifu kuyaandika maneno ya Mungu.

B. Ufunuo wa Asili

Ufunuo wa asili, unaoitwa pia ufunuo wa jumla, ni Mungu kujifunua Mwenyewe kwa mwanadamu kupitia uumbaji na dhamiri.

- ▶ Kupitia uumbaji—Warumi 1:18–20

- ▶ Kupitia dhamiri—Warumi 2:14–15

Vihakiki vifungu hivi na wanafunzi wako na mjadili umuhimu na mipaka ya ufunuo wa asili/wa jumla. Unaweza kuwaingiza wanafunzi kwenye mazungumzo kwa kuuliza maswali yafuatayo kuhusu Warumi 1:18–20:

1. *Je, Mungu amejidhihirishaje kwa mwanadamu?* Jibu: Kupitia uumbaji na kupitia sheria yake iliyoandikwa ndani ya mioyo yetu.

2. *Uumbaji unatuonyesha nini kumhusu Mungu?* Jibu: Tunaziona sifa Zake zisizoonekana; Nguvu zake za milele na asili ya kiungu.

Kisha uliza maswali ya majadiliano yafuatayo:

1. *Kusudi la ufunuo wa asili/ jumla ni nini?* Jibu: Kumfanya mwanadamu atafute ufunuo mtimilifu zaidi wa Mungu.

2. *Ni kwa jinsi gani ufunuo wa asili/wa jumla unapungukiwa kuwapa watu habari za kutosha kuwaongoza moja kwa moja kwenye wokovu?* Jibu: Ufunuo wa asili unatoa ushahidi kwamba Mungu yupo; hata hivyo, hauonyeshi jinsi mwanadamu anavyoweza kuokolewa kutoka katika hali yake ya dhambi na ya kutengwa na Mungu. Hii ndiyo sababu Mungu ametoa pia ufunuo maalum.

C. Ufunuo Maalum

Ufunuo maalum ni Mungu kujifunua kwa mwanadamu kupitia miujiza na ishara, ndoto na maono, theofania (mionekano ya Mungu katika umbo la kushikika), kupitia manabii na nabii mkuu kuliko wote Yesu Kristo, na kupitia maneno ya Mungu yaliyoandikwa katika Biblia.

Chukua muda kutazama Waebrania 1:1–2. Likumbushe darasa kuhusu kauli ya Dkt. MacArthur kutoka kwa ujumbe wa mtandaoni:

❖ Mwandishi wa Waebrania kwa kweli anasema Mungu alinena katika matukio mawili. Alinena mara moja zamani; Ananena katika siku hizi za mwisho kumpitia Mwanawe. Sasa naamini kwamba tu wenye haki katika kutathmini ukweli kwamba anao akilini hapa ufunuo wa Agano la Kale na ufunuo wa Agano Jipya. Mungu alinena zamani na mababa wa Kiyahudi. Hao walikuwa manabii wa Agano la Kale, wale waliopokea Neno la Mungu zamani sana chini ya Agano la Kale. Alizungumza na mababa hao kwa njia ya manabii katika vifungu vingi, *polumeros*, vitabu vingi, sehemu nyingi. Na mnajua kwamba ipo Pentateuki na vipo vitabu vya unabii na vitabu vya kihistoria na kuna vitabu vya ushairi. Na katika sehemu nyingi, nyingi na katika vitabu vingi, Mungu alinena. Alinena na mababa wa Kiyahudi. Alinena kwa njia ya manabii.

Pia alinena, inasema, kwa njia nyingi, *polutropos*. Hiyo ina maana kupitia maono, unabii, mifano ya kutimizwa, ishara, taratibu na theofania na wakati mwingine sauti ya kusikika. Na hata aliandika kwa kidole chake kwenye jiwe. Zilikuwepo njia nyingi ambazo kwazo Mungu alinena mambo mengi, yaliyokusanywa katika maandiko mengi, yaliyowekwa katika vitabu vingi, na alinena na wale wa zamani kwa njia ya manabii. Hiyo ni kauli inayorejelea ukweli kwamba Agano la Kale ni Mungu anayenena.

- John MacArthur

1. Aina za ufunuo maalum

Darasa huenda likanufaika kwa kuhakiki baadhi ya vifungu vya Maandiko vifuatavyo kwa ajili ya mifano ya ufunuo maalum wa Mungu nje ya Neno lake lililofunuliwa:

► Theofania

◻ Kwa Abrahamu—Mwanzo 17:1

◻ Kwa Isaka—Mwanzo 26:2

◻ Kwa Yakobo—Mwanzo 32:30

◻ Kwa Musa—Kutoka 3:2–6

► Ndoto na Maono

◻ Ngazi ya Yakobo—Mwanzo 28:12–16

◻ Danieli—Danieli 2:19, 28

► Miujiza na Ishara

◻ Gharika—Mwanzo 7

◻ Kichaka Kiwakacho—Kutoka 3

◻ Mapigo katika Misri—Kutoka 7–13

◻ Kugawanywa kwa Bahari ya Shamu—Kutoka 14

2. Utoshelevu wa ufunuo maalum

Ufunuo maalum wa Mungu, kupitia Neno lake lililoandikwa, Biblia, umekithiri ufunuo wa asili. Biblia inatosha kumwongoza mtu kwenye wokovu lakini haifunui yote kumhusu Mungu kwa mwanadamu.

- ▶ Tumia 2 Timotheo 3:15–17 kuwaonyesha wanafunzi kwamba Biblia inatosha kwa ajili ya wokovu, pamoja na kuwaandaa watakatifu.

- ▶ Ila Maandiko hayawafunulii Wakristo kila kitu. Mambo mengine yameachwa katika siri ya Mungu (Kumbukumbu la Torati 29:29; Warumi 11:33).

3. Habari za jumla kuhusu Biblia

Kwa ufupi zipitie taarifa zifuatazo za kijumla kuhusu Biblia, hasa sehemu ya Agano la Kale na Jipya . Hii ni nafasi ya kuwasilisha injili kwa wale ambao huenda hawaelewi tofauti kati ya wokovu unaotegemea matendo na wokovu unaotegemea damu ya Kristo pekee.

A. Tulipataje Biblia?

Mwambie mwanafunzi asome 2 Petro 1:21.

Hoja: Mungu alinena kupitia wanadamu kuandika maneno Yakwa Hati

- ▶ Ziliandikwa kwa zaidi ya miaka 1600: K.K. 1500 hadi B.K.100

- ▶ Waandishi 40 tofauti

- ▶ Vitabu 66 (Agano la Kale 39; Agano Jipya 27)

Zingatia: Hakuna hati za asili (yaani, otografu) zilizopo leo.

Lugha:
- ▶ Agano la Kale lililoandikwa kwa Kiebrania na Kiaramu (Danieli 2–6 na Ezra 4–7 ziliandikwa kwa Kiaramu)

- ▶ Septuaginta—fasiri ya Kiyunani ya Agano la Kale iliyoandikwa mwaka wa K.K. 3 Inayoitwa"LXX" (nambari ya Kirumi ya 70) kwa kuwa ilikuwa kazi ya wazee 70 wa Kiyahudi

- ▶ Agano Jipya lililoandikwa kwa Kiyunani

B. Majina ya Biblia

Kwa ufupi jadili marejeleo mbalimbali kwa Biblia.

- ▶ Biblia—kumaanisha kitabu au hati-kunjo; kikajulikana kama Kitabu
- ▶ Kanoni —neno la Kiyunani linamaanisha kanuni;lilikuja kumaanisha Maandiko yenyewe.
- ▶ Maandiko — Yohana 7:38
- ▶ Maandishi — 2 Timotheo 3:15
- ▶ Neno la Mungu— 1 Wathesalonike 2:13
- ▶ Sheria, Manabii, na Zaburi— Luka 24:44

C. Agano la Kale na Agano Jipya (Testamenti ya Kale na Testamenti Mpya)
Neno "Testamenti/Agano" linatokana na neno la Kilatini *Testamentum*, likimaanisha wosia. Neno la Kiyunani linalofasiriwa "wosia" ni *suntheke*, likimaanisha mapatano au agano lililofanywa na wahusika wanaoafikiana.

- ▶ "Testamenti" ya Kale ilijikita katika Agano la Kale (Kutoka 19:5; Kumbukumbu la Torati 28:1, 15). Agano la utii na baraka.

- ▶ "Testamenti" Mpya imejikita katika Agano Jipya.

  - ◻ Agano Jipya ni bora kuliko lile la Kale (Waebrania 7:22; 8:6).

  - ◻ Agano la Kale limeshatimizwa (Waebrania 8:13).

  - ◻ Agano Jipya ni kwa damu ya Kristo (Luka 22:20).

  - ◻ Agano Jipya sio la Sheria bali ni la Roho (2 Wakorintho 3:5–6).

D. Apokrifa
Ni muhimu kujadili maandishi ya apokrifa kwa sababu yamejumuishwa katika Biblia ya Kikatoliki, na wanafunzi wengi wa Misingi ya Imani wana usuli wa Kikatoliki.
Zingatia: Apokrifa linamaanisha "fiche."
Vipo vitabu 14 vya Apokrifa. Hatuvikubali kwamba vimevuviwa na Mungu kwa sababu:

- ▶ Havijanukuliwa kamwe katika Agano Jipya. Pia Kristo havitaji kamwe katika orodha yake katika Luka 24:44.

- ▶ Havina kibali cha waandishi wa kale wa Kiyahudi.

- ▶ Kuna matatizo na maudhui. Kwa mfano, kitabu cha Tobiti kinafundisha kwamba kutoa sadaka kunaweza kukuokoa kutokana na kifo na makao ya giza (Tobiti 4:8–10; 12:9). Wamakabayo wa Pili 12:43–46 kinasema kwamba mtu anaweza kufanya upatanisho kwa ajili ya wafu. Ni wazi kwamba mafundisho haya hayapatani na mafundisho ya Biblia.

- ▶ Hayana uweza wa kinabii (hii ni alama yenye uwezo ya Maandiko ya kweli).

E. Tafsiri za Biblia
Uwe tayari kutoa muhtasari mfupi wa zile tafsiri mbalimbali za Biblia. Ikitegemea uzoefu wa darasa lako, endelea kufanya hivyo kwa njia isiyo ya kiufundi. Mara nyingi kielelezo bora zaidi cha tofauti kati ya tafsiri za Biblia ni kuchagua kifungu kinachojulikana kama Zaburi 23 au Yohana 3:16 na kuwaambia watu walio na tafsiri tofauti wasome mistari hiyo. Je, tafsiri hizi zinasema kitu tofauti au zinasema kitu kimoja kwa njia tofauti? Eleza kwamba tafsiri iliyotumika katika masomo ya Misingi ya Imani, ni tafsiri ya Kiswahili inayofaa kwa masomo ya kina ya Biblia.
Zingatia: Ukurasa wa mwisho wa somo unaorodhesha matoleo mbalimbali ya Biblia na tarehe ya kila tafsiri.

4. Uchunguzi wa Biblia (somo #1 sehemu I na II)
Sasa upo tayari kufanya uchunguzi wa Agano la Kale, na kisha wa Agano Jipya. Utakuwa ukitoa muhtasari mfupi wa kila kitabu cha Biblia na jinsi kinavyoingiliana na mada kuu za Maandiko. Kwa kawaida hili huchukua kipindi kimoja na nusu cha darasa.

Mpangilio wa Nyakati na Ramani: Imedokezwa kuuweka uchunguzi wa Biblia kwenye mpangilio wa nyakati. Hili humpa mwanafunzi mahali pa kurejelea unapozungumzia kila kitabu na watu na matukio husika. Pia ni jambo la manufaa kuweka ramani ya kipindi cha wakati unachopitia. Hili humruhusu mwanafunzi kuyaona matukio yanayozungumziwa kwenye maeneo yao ya kijiografia.

A. Uchunguzi wa Biblia wa Agano la Kale

1. IWatu na matukio muhimu ya Agano la Kale

   Tumia habari hizi unapofanya uchunguzi wa Agano la Kale hapa chini.

   - ► K.K. 4000 Uumbaji
   - ► K.K. 2300 Gharika
   - ► K.K. 2000 Abrahamu (Abramu)
   - ► K.K. 1860 Isaka
   - ► K.K. 1820 Yakobo
   - ► K.K. 1700 Yusufu → Misri: Ukame: Yakobo → Misri
   - ► K.K. 1446 Kutoka (Mapigo 10/Pasaka kuasisiwa)
   - ► K.K. 1000 Wafalme (Sauli, Daudi, Solomoni)
   - ► K.K. 900   Ufalme Uliogawanyika
   - ► K.K. 700   Ashuri yaangamiza Israeli
   - ► K.K. 606   Utumwa wa Kibabiloni wa Yuda (miaka 70)
   - ► K.K. 536   Wayahudi warejea Yerusalemu - Ezra (ajenga tena hekalu): Nehemia (ajenga tena ukuta)

2. Sehemu za Agano la Kale

   Kabla ya kuanza uchunguzi wa Agano la Kale (Testamenti ya Kale), jadili zile sehemu tofauti za Agano la Kale. Eleza kwamba vile vitabu 39 vimegawanywa katika sehemu 3 kuu:

   - Vitabu vya kihistoria 17
   - Vitabu vya kishairi/hekima 5
   - Vitabu vya kinabii 17

Zingatia: Japokuwa vile vitabu 17 vya kihistoria vipo katika orodha ya kikronolojia, vitabu vya kishairi na kinabii havipo hivyo, bali vinahitaji kusukiwa ndani ya kipindi cha wakati cha kihistoria.

Waambie wanafunzi wako wafunue mwanzo wa somo#1, sehemu 1A.

Uliza: *Vitabu vya kwanza vitano vya Biblia vinaitwaje?* Jibu: Pentateuki.

Mwambie mwanafunzi asome majina ya vitabu hivi 5, kisha uzungumzie kila kitabu ukitumia mpangilio wako wa nyakati pamoja na ramani, kuwapitia watu na matukio muhimu.

Muhimu: Hakikisha umepitia Pasaka (Kutoka 12:3–13) na kuzungumza kuhusu Kristo kama Mwanakondoo wa Pasaka wa mwisho (Yohana 1:29, 36; 1 Wakorintho 5:7; Isaya 53:7). <u>Hii ni nafasi ya kuwasilisha injili!</u>

Zingatia: Unahitaji kujua habari hizi vizuri ili uweze kuzungumza kwa ufasaha kuhusu matukio makuu na watu, na kutunga maswali unapoendelea. Acha wanafunzi wako waingiliane unapopitia nyenzo. Waruhusu wanafunzi walio na ujuzi fulani wa Biblia waeleze matukio na kusimulia kuhusu watu muhimu huku ukiwaongoza.

Je, unahitaji usaidizi?: Ili kukusaidia kwa matukio muhimu na watu katika kila moja ya vitabu vya Biblia, zipo rasilimali mbalimbali zinazopatikana kama vile *The MacArthur Bible Handbook*, cha John MacArthur.

Kipimo cha muda: Kiasi cha muda unaotumia kwenye vitabu binafsi vya Biblia katika uhakiki huu kitategemea muda wa darasa uliotengwa. Kumbuka, vipo vitabu 66, hivyo lazima uende kwa haraka, ukizingatia watu na matukio muhimu tu.

Waambie wanafunzi wako wafunue somo #1, sehemu IB.

Uliza: *Vitabu 12 vinavyofuata vya Biblia vinaitwaje?* Jibu: Vitabu vya kihistoria.

Mwambie mwanafunzi asome majina ya vitabu hivi 12, na kisha uzungumzie kila kitabu ukitumia mpangilio wako wa nyakati pamoja na ramani, kuwapitia watu na matukio muhimu.

Waambie wanafunzi wako wafunue somo #1, sehemu IC.

Uliza: *Vitabu 5 vinavyofuata vya Biblia vinaitwaje?* Jibu: Vitabu vya kishairi.

Mwambie mwanafunzi asome majina ya vitabu hivi 5, na kisha utoe muhtasari mfupi wa kila kitabu, ukieleza kilitukia wakati gani katika fremu ya nyakati za kihistoria.

Waambie wanafunzi wako wafunue somo 1, sehemu ID na IE.

Kama hapo juu, fanya vivyo hivyo kwa manabii wakuu na manabii wadogo.

Anza kwa kuwauliza wanafunzi, *Kwa nini manabii wakuu wanaitwa "wakuu" na manabii wadogo wanaitwa "wadogo"?* Jibu: Manabii wakuu ni vitabu virefu kuliko vile vya manabii wadogo.

B. Uchunguzi wa Biblia wa Agano Jipya

Utafuata muundo ule ule kuwasilisha uchunguzi wa Biblia wa Agano Jipya kama ulivyofanya kwa Agano la Kale. Baadhi ya taarifa muhimu kwako ili uziingize katika uwasilishaji wako:

1. Sehemu za Agano Jipya (Testamenti Mpya)

Sehemu za Agano Jipya zinafanana na Agano la Kale. Eleza kwamba vitabu 27 vya Agano Jipya pia vimegawanywa katika sehemu tatu kuu:

- Vitabu 5 vya kwanza vya Agano Jipya ni vya kihistoria.

- Vitabu 21 vinavyofuata ni nyaraka za kimafundisho.

- Kitabu cha mwisho, Ufunuo, ni cha kinabii.

2. Hoja muhimu na matukio ya kuangaziwa wakati wa kuchunguza Agano Jipya

- ▶ Mathayo, Marko, Luka zinaitwa Injili za Kisinoptiki (sinoptiki ina maana ya "kuona pamoja"). Zinashughulikia matukio na watu wafuatao muhimu:

    - ▫ Kuzaliwa kwa Kristo
    - ▫ Yohana Mbatizaji
    - ▫ Majaribu ya Kristo
    - ▫ Kuchaguliwa kwa wanafunzi 12
    - ▫ Mahubiri ya Mlimani (Mathayo 5:1–7:29)
    - ▫ Hotuba ya Mizeituni (Mathayo 24– 25)
    - ▫ Miujiza ya Kristo
    - ▫ Mifano ya Kristo
    - ▫ Lazaro kufufuliwa kutoka kwa wafu
    - ▫ kukamatwa kwa Kristo, kesi, kusulubiwa, kuzikwa, na ufufuo

- ▶ Injili ya Yohana inamwasilisha Kristo kama Mungu.

    - ▫ Kitabu cha ishara saba (miujiza ya Kristo)
    - ▫ kitabu cha MIMI NDIMI

- ▶ Kitabu cha Matendo kinatoa mpito kutoka kwa Uyahudi hadi kwa kanisa la Kristo.

    - ▫ Kupaa kwa Kristo
    - ▫ Pentekoste—Siku 50 baada ya Pasaka
    - ▫ Watu muhimu: Petro, Paulo
    - ▫ Kubadilishwa kwa Paulo na safari za kimisionari (tumia ramani)

- ▶ Nyaraka—toa muhtasari mfupi wa kila mmoja

    - ▫ Barua kwa makanisa (onyesha kwenye ramani)
    - ▫ Barua kwa watu binafsi

- ▶ Ufunuo (kitabu pekee cha kinabii)

    - ▫ Dhiki na kurudi kwa Kristo
    - ▫ Ufalme na hukumu ya mwisho

5. Kristo katika Biblia (somo #1, sehemu III)

Jadili majibu ya wanafunzi kwa kila swali katika sehemu hii.

A. Luka 24:27 Kristo anaonekana katika <u>Maandiko yote.</u>

B. Yohana 5:39. Yesu alisema "Maandiko yananishuhudia <u>Mimi</u>."

Kuwa tayari kueleza jinsi Kristo anavyoonekana katika Maandiko yote ya Agano la Kale. Mifano michache ni:

- ► Kristo ameahidiwa kupitia baraka ya ukoo wa Abrahamu (Mwanzo 12:1–3).

- ► Kristo anaonyeshwa katika Pasaka, kwani alikuwa awe Mwanakondoo wa kweli wa Pasaka (Kutoka 12; Yohana 1:29, 36).

- ► Kusulubishwa kwa Kristo kulitabiriwa (Zaburi 22:1–8; Isaya 53:4–7).

- ► Mahali pa kuzaliwa pa Kristo palitabiriwa (Mika 5:2).

- ► Ufalme, mamlaka, na utukufu wa Kristo ujao ulitabiriwa (Danieli 7:14).

6. Kwa nini Biblia ni muhimu? (somo #1, sehemu IV)

Sehemu IV, B, 1, ya somo hili inatanguliza Biblia kama Neno la Mungu lililovuviwa. Dai hili la Maandiko ni fundisho muhimu la imani ya Kikristo. Kuwa tayari kujadili fundisho hili na darasa lako. Zifuatazo ni kumbukumbu za kukusaidia katika maandalizi yako ya majadiliano.

UVUVIO WA BIBLIA

Anzisha mjadala kwa kuuliza, *Je, uvuvio unamaanisha nini?*

Baada ya majadiliano, toa ufafanuzi: Uvuvio ni Mungu kusimamia na kuwaelekeza wanadamu kuyaandika maneno yake. Ni mchakato ambao Mungu, kama mchochezi, alifanya kazi kupitia manabii wa kibinadamu bila kuharibu nafsi na mitindo yao binafsi, ili kuzalisha maandishi yenye mamlaka ya kiungu.

Jadili na darasa baadhi ya dhana potofu kuhusu Biblia katika maisha ya wasioamini pamoja na baadhi ya waumini. Dhana hizi zilizotungwa awali zinaweza kuwa kwamba Biblia ina makosa au imepoteza maana yake ya asili katika miaka elfu mbili iliyopita.

Uliza, *Tunajuaje kwamba Biblia ni Neno la Mungu lililovuviwa?*

Hoja muhimu za kutajwa:

- ► Maandiko yanadai kuwa Neno la Mungu

- ► Ukuu wa Mungu katika kulihifadhi Neno lake lililofunuliwa

A. Maandiko yanadai kuwa Neno la Mungu

Biblia ni chanzo chake chenyewe kilicho bora wakati mada ya uvuvio inapojadiliwa. Paulo alidai kwamba ujumbe ambao yeye na mitume wengine walikuwa wakiutangaza ulitoka kwa Mungu (1 Wathesalonike 2:13). Kote katika Agano la Kale kuna kauli kama vile, "Mungu alisema," au "Bwana alisema," au "Neno la Bwana." Maandiko yanatumia maneno haya mara kwa mara kuhusiana na kuvuviwa kwa kiungu.

Kwa kweli, Paulo anamwandikia Timotheo, "Maandiko yote yamevuviwa na Mungu" (2 Timotheo 3:16). Chukua muda darasani kujadili kifungu hiki na nini maana ya "kuvuviwa." Waongoze kwenye ukweli kwamba "uvuvio" kwa tafsiri sisisi humaanisha kupumuliwa na Mungu."

Paulo anatoa madai ya wazi ya kupokea maneno yake kutoka kwa Roho wa Mungu (1 Wakorintho 2:12–13). Ni muhimu kwa wanafunzi kutambua asili ya kiungu ya Maandiko. Maneno yote katika Maandiko ni ya uvuvio wa kiungu (2 Petro 1:20–21; Zaburi 16:7–10; Matendo 13:32–35).

B. Ukuu wa Mungu katika kuhifadhi Neno lake lililofunuliwa

Ukuu wa Mungu ni mjadala muhimu unaohusiana na mada hii. Kumbuka, Mungu ndiye anayevidhibiti vitu vyote, likiwemo Neno lake. Kusudi la Mungu haliwezi kupingwa katika eneo lolote (Isaya 46:10), na hii ni kweli kwa Neno lake pia. Eleza kwamba makusudi ya Mungu na mapenzi hulihifadhi Neno lake (Isaya 40:8; Mathayo 5:18; 1 Petro 1:25).

KUKANONISHWA KWA BIBLIA

Swali la Kawaida: "Kanoni ya Biblia ilitambuliwaje?"

Watu wengi wanatoka katika Kanisa Katoliki la Roma na hawaelewi kwa nini Biblia nyingi zinazotumiwa hazina Apokrifa. Kwa hiyo, chukua muda wa kushughulikia suala hilo, ukiwafundisha wanafunzi kwa nini tuna vitabu 66 katika Kanoni.

Wakati wa kujadili asili ya Kanoni, ni muhimu kusisitiza kwamba Mungu ndiye mwenye udhibiti wa vitu vyote (Isaya 46:10; Waefeso 1:11). Mungu hakusimamia tu uandishi wa vitabu, bali pia kwa majaliwa alikusanya na kuhifadhi maandishi hayo aliyoyavuvia. Hata hivyo, hili haliondoi wajibu wa kibinadamu. Kwa kweli, Mungu alitumia njia za kibinadamu kutambua na kupokea Kanoni. Kanisa haliamui Kanoni kwa njia yoyote, kama ilivyoelezwa hapo juu; kanisa linatambua tu na kupokea yale ambayo Mungu tayari ameyavuvia na kuyahifadhi.

Anzisha mjadala kwa kuuliza, Kwa hivyo hili linazua swali linalofuata, kwa nini vitabu hivi 66?

Kuna sababu saba zinazotazamiwa katika vitabu hivyo 66.
1. Ushuhuda wa Mungu Roho Mtakatifu kwa mamlaka ya Neno lake mwenyewe

2. Uandishi wa kinabii (2 Petro 1:20 –21)

3. Utunzaji wa majaliwa ya Mungu katika kuhifadhi kile anachotaka kukihifadhi kulingana na mapenzi yake mwenyewe (Isaya 40:8; Mathayo 5:18; 1 Petro 1:25).

4. Watu wa Mungu wakiitikia kwa kutambua Kanoni ya Mungu kwa imani na kujitiisha.

5. Vitabu vingi katika Kanoni ya sasa vinadai kuwa Neno la Mungu.

6. Kuhusiana na Agano la Kale, Kristo alivithibitisha vitabu vya Agano la Kale (Luka 24:44; 11:51; Mathayo 4:4, 7, 10; 22:29 29–30).

7. Kuhusiana na Agano Jipya, Petro aliyatambua maandishi ya Paulo kuwa sawa na Maandiko (2 Petro 3:15 –16). Paulo alitambua Luka 10:7 kama Maandiko katika 1 Timotheo 5:18.

Hoja hizi zinaweza kutumika kuunga mkono kujumuishwa kwa vitabu ambavyo vipo katika Kanoni ya hivi sasa. Vitabu vilivyo katika Biblia vina ubora wa uvuvio na vilitambuliwa na kanisa la pale mwanzoni kuwa vyenye mamlaka.

KUAMINIKA KWA BIBLIA

Waumini hawawezi kuwathibitishia wasioamini kwamba Biblia ni Neno la Mungu. Sababu ni kwamba wasioamini wamekufa kiroho (Warumi 3:10–18) na hivyo hawana uweza wa kuthibitisha kuaminika kwa Maandiko. Wasioamini wanapaswa kukabiliwa kwa injili yenyewe. Mara akiokolewa, Roho Mtakatifu atamsadikisha mtu huyo kuhusu ukweli kwamba Biblia ni Neno la Mungu.

Kusudi la sehemu hii ni kuimarisha kusadiki kwa muumini kwamba Biblia ni Neno la Mungu. Baadhi ya sababu za kupata Biblia kuwa ya kuaminika:

- ► Watu wa kawaida waliandika Maandiko. Kwa kweli, Yohana na Petro walikuwa wavuvi, ilhali Mathayo alikuwa mtoza ushuru. Mungu hakuwatumia wanafalsafa wa siku hizo; badala yake, aliwatumia watu wa kawaida kuandika kitabu kisicho cha kawaida!

- ► Biblia pia ina uwiano wa ndani. Yaani, hakuna makosa wala ukinzani. Biblia iliandikwa kwa muda wa miaka 1600 na waandishi 40 tofauti katika lugha tatu tofauti. Ila Biblia inabaki kutokuwa na makosa wala ukinzani! Wale wanaompinga Mungu na Neno lake wametafuta kuifanya Biblia kutoaminika. Hata hivyo, hakuna mwanadamu ambaye amewahi kupata habari katika Biblia ambayo inaweza kuthibitishwa kutokuwa sahihi. Hakuna kitabu ambacho kimechunguzwa zaidi kuliko Biblia, na bado kinasimama imara kama Neno la Mungu lisilokosea.

- ► Biblia ni kitabu chenye nguvu na elimu mwendo ambacho hakijabadilisha tu maisha ya mamilioni ya watu, bali pia kinawasadikisha watu wa Mungu kuhusu dhambi na kuwaongoza katika njia za haki kwa ajili ya jina lake. Biblia imekuwa na ushawishi mwingi kuliko kitabu chochote kilichowahi kuandikwa.

- ► Biblia ni sahihi kihistoria, ikitoa uthibitisho wa kuaminika kuhusu uumbaji, kumbukumbu za visukuku, na kadhalika. ina alama zote za kuwa Neno la Mungu lililovuviwa.

- ► Yesu Kristo Mwenyewe alithibitisha kuaminika kwa Maandiko. Yesu aliamini katika sheria na manabii (Mathayo 5:17–18), alimwamini Yona (Mathayo 12:40–41), na aliamini masimulizi ya kihistoria ya Sodoma na Gomora (Mathayo 10:15).

- ► Kuna unabii mbalimbali kumhusu Masihi unaothibitisha kuaminika kwa Biblia.

  - ▫ Mahali pa kuzaliwa kwa Masihi palitabiriwa miaka 700 kabla ya kuzaliwa Kwake, ikisemekana kwamba angezaliwa Bethlehemu (Mika 5:2, iliyotimizwa katika Luka 4–7.)
  - ▫ Kristo angezaliwa na bikira (Isaya 7:14, iliyotimizwa katika Mathayo 1:18–25).
  - ▫ Kuingia kwa Yesu kwa ushindi Yerusalemu kulitabiriwa miaka 700 kabla ya kutokea (Zekaria 9:9, iliyotimizwa katika Yohana 12:12–15).
  - ▫ Kusulubiwa kwa Kristo na kuteseka pia kulitabiriwa miaka 700 kabla ya kutimizwa (Zaburi 22:14–18, iliyotimizwa katika Yohana 19:23–37; Isaya 53:4–7, iliyotimizwa katika Mathayo 26:63).
  - ▫ Kila moja ya unabii huu unaweza kutumika kuwasaidia waumini kuimarisha azimio lao kuhusu kuaminika kwa Maandiko.

Biblia iliandikwa kwa muda wa karne 16 na waandishi 40 tofauti, lakini ina uwiano wa ajabu. Unabii uliotolewa kuhusu matukio ambayo yangejiri mamia ya miaka baadaye ulitimizwa. Imethibitishwa kuwa sahihi kihistoria. La muhimu zaidi, Biblia inadai kuwa Neno la Mungu. Biblia ina alama zote za kuwa Neno la Mungu lililovuviwa.

7. Utekelezaji (somo #1, sehemu V)

Wahimize wanafunzi wako kutumia muda katika Biblia na kuchimba kwa kina katika kweli zilizofunuliwa ndani yake. Watie moyo kwa kuwaambia kwamba si lazima wawe wasomi ili kuyaelewa Maandiko. Zaburi 119:130 inasema, "Kukunjuka kwa maneno yako hutoa nuru, hutoa ufahamu kwa mjinga."

Jitayarishe kwa Zoezi Lako

1. Pakua ujumbe #2, "Jinsi ya Kuyasoma Maandiko." kutoka www.gty.org/fof.

2. Tumia daftari lako kuandikia kumbukumbu za ujumbe.

3. Yafanyie kazi maswali na mazoezi kwenye kurasa zifuatazo.

- - -

Hifadhi akilini 2 Timotheo 3:15

Jitahidi kujionyesha kwa Mungu kuwa umekubaliwa naye, mtendakazi asiye na sababu ya kuona aibu, ukilitumia kwa usahihi neno la kweli.

- - -

❖ Ni dhahiri sana, nadhani, kwa kila Mkristo, kwamba Biblia ni ufunuo wa Mungu, kwamba Mungu ameandika Neno lake kwa ajili yetu. Ndiyo kanuni pekee tuliyo nayo kwa maisha. Ndicho kiwango pekee tulicho nacho cha tabia. Ndiyo mamlaka pekee. Inawezekana kukawa na mambo mengine utakayojifunza maishani ambayo yatakusaidia katika maisha, lakini hayana mamlaka yaliyo nayo Neno la Mungu. Biblia inaponena, hiyo ni sauti ya Mungu. Na inayo mamlaka na inafanyika, hivyo basi, kwetu sisi, kigezo cha maisha.

Wapo baadhi ya Wakristo wanaosoma kila aina ya vitabu badala ya Biblia. Na tunasema kwamba wanasoma kuhusu Biblia lakini hawaisomi Biblia. Jambo la msingi la kufanya ni kulisoma Neno la Mungu. Kupitia hilo Mungu hunena. Sasa vipo vitabu vingine vizuri ambavyo watu wengine huzungumza kwavyo wakiwa na mkazo kwa Maandiko na utekelezaji na ufasiri, lakini hakuna kibadala cha Biblia. Kwa hiyo katika maisha ya kila Mkristo lazima kuwe na lishe hilo la kila siku katika Neno la Mungu. Ni muhimu.

- John MacArthur

"Jinsi" ya kujifunza na kutumia Maandiko katika maisha ni jambo ambalo kila Mkristo anapaswa kujua. Somo hili linashughulikia njia tano za kuifanya Biblia kuwa yako: kusikia, kusoma, kujifunza, kuhifadhi akilini, na kutafakari. Linganisha njia hizo tano za kujifunza Maandiko na vidole kwenye mkono wako. Ikiwa unashikilia Biblia kwa vidole viwili tu, ni rahisi kupoteza mshiko wako. Lakini kadiri unavyotumia vidole vingi zaidi, ndivyo ufahamu wako wa Biblia unazidi kuwa na nguvu.

Ikiwa mtu anasikia, kusoma, kujifunza, kuhifadhi akilini, na kisha kutafakari juu ya Biblia, ufahamu wake wa kweli zake huwa thabiti; huwa ni sehemu ya maisha yake. Kama vile kidole gumba kinavyohitajika pamoja na kidole chochote ili kukamilisha mshiko, ndivyo kutafakari pamoja na kusikia, kusoma, kujifunza, na kuhifadhi akilini ni muhimu kwa ajili ya uelewa mtimilifu wa Neno la Mungu.

SIKIA BIBLIA

Basi, imani chanzo chake ni kusikia, na kusikia huja kwa neno la Kristo. — Warumi 10:17

SOMA BIBLIA

Amebarikiwa yeye asomaye maneno ya unabii huu, na wamebarikiwa wale wanaoyasikia na kuyatia moyoni yale yaliyoandikwa humo, kwa sababu wakati umekaribia. — Ufunuo 1:3

JIFUNZE BIBLIA

Hawa Waberoya walikuwa waungwana zaidi kuliko wale wa Thesalonike, kwa kuwa waliupokea ule ujumbe kwa shauku kubwa na kuyachunguza Maandiko kila siku ili kuona kama yale Paulo aliyosema yalikuwa kweli. kweli.— Matendo 17:11

IHIFADHI AKILINI BIBLIA

Jinsi gani kijana ataiweka njia yake kuwa safi? Kwa kuiweka kulingana na neno lako. Kwa moyo wangu wote nimekutafuta; usiniache nipotee mbali na amri zako. Nimelificha neno lako moyoni mwanguili nisikutende dhambi. — Zaburi 119:9-11

ITAFAKARI BIBLIA

Bali huifurahia sheria ya Bwana,naye huitafakari hiyo sheria usiku na mchana. Mtu huyo ni kama mti uliopandwakando ya vijito vya maji,ambao huzaa matunda kwa majira yakena majani yake hayanyauki. Lolote afanyalo hufanikiwa. — Zaburi 1:2

I. KWA NINI UIJUE BIBLIA

Orodhesha sababu tano za kujua Neno la Mungu.

1. 2 Timotheo 2:15   ili kupata kibali cha Mungu

2. 1 Petro 2:2   kukua katika wokovu

3. Zaburi 119:11   ili kutomtenda Mungu dhambi

4. Zaburi 119:38   huzalisha kumcha Mungu

5. Zaburi 119:105   nuru kwa njia yangu; mwongozo

> Tunajifunza Maandiko kwa sababu yanatosha.
> Kila Andiko limevuviwa na Mungu na lafaa kwa mafundisho, kwa kuwaonya watu makosa yao, kwa kuwaongoza na kwa kuwafundisha katika haki — 2 Timotheo 3:16

II. JINSI YA KUIJUA BIBLIA

A. Isikie

"Basi imani, chanzo chake ni kusikia, na kusikia huja kwa neno la Kristo" (Warumi 10:17).

1. Yesu alisema nani angebarikiwa (Luka 11:28)?

   Wale wanaolisikia Neno la Mungu na kulishika

2. Katika kutangaza Neno, wachungaji na walimu wanapaswa kufanya nini (Nehemia 8:7–8)?

   Kulisoma Neno na kutoa maana, ili watu waelewe.

B. Isome

"Amebarikiwa yeye asomaye maneno ya unabii huu, na wamebarikiwa wale wanaoyasikia na kuyatia moyoni yale yaliyoandikwa humo, kwa sababu wakati umekaribia. umekaribia." (Ufunuo 1:3)

1. Andika Ufunuo 1:3 kwa maneno yako mwenyewe.

   Wale wanaolisikia Neno la Mungu na kulishika

2. Paulo alimwomba Timotheo kuzingatia nini (1 Timotheo 4:13)?

   Kusoma Maandiko hadharani, kuhimiza, na kufundisha

> Ikiwa huna mpango wa kusoma kila siku, anza na Injili ya Marko au Yohana. Kwa kiasi cha sura mbili kila siku, utamaliza Agano Jipya katika wiki 19!

C. Jifunze

Wakati mtume Paulo alipotoka Thesalonike, alifika Beroya na kushiriki injili na Wayahudi wasioamini. Alichogundua ni kwamba "Walikuwa waungwana zaidi kuliko wale wa Thesalonike, kwa kuwa waliupokea ule ujumbe kwa shauku kubwa na kuyachunguza Maandiko kila siku ili kuona kama yale Paulo aliyosema yalikuwa kweli" (Matendo 17:11)

Mitazamo kuhusu kujifunza Biblia:

1. Kulingana na Matendo 17:11, Waberoya walionyesha sifa gani mbili walipolipokea Neno la Mungu? Kwa shauku kubwa, wakiyachunguza Maandiko kila siku ili kuona kama mambo haya yalikuwa hivyo

2. Je, tunapaswa kutafutaje hekima au ufahamu (Mithali 2:4)?

Kama "fedha" na "hazina iliyositirika"

> Kujifunza Biblia ni zaidi ya kusoma Biblia tu; kunahusisha uchunguzi makini, ufasiri, na utekelezaji. Kusoma hukupa picha ya ujumla, lakini kujifunza hukusaidia kufikiri, kujifunza, na kutumia kile unachokisoma katika maisha yako.

D. Ihifadhi akilini

"Jinsi gani kijana aiweke njia yake kuwa safi? Kwa kuiweka kulingana na neno lako. Moyoni mwangu nimelienzi neno lako, nisije nikakutenda dhambi dhambi" (Zaburi 119:9, 11)

1. Je, Mungu aliwaamuruje Israeli kulikumbuka Neno lake?

   a. Kumbukumbu la Torati 11:18a   Kwa kuliweka katika mioyo na akili zao

   b. Kumbukumbu la Torati 11:19   Kwa kuwafundisha watoto siku nzima

2. Soma Mathayo 4:4, 7, 10.

   a. Wakati wa makabiliano matatu na Shetani, Yesu alifanya nini ili kushinda majaribu yake?
      Aliyanukuu Maandiko.

   b. Je, unawezaje kutumia mfano huu katika maisha yako mwenyewe?
      kwa kuyahifadhi akilini Maandiko kulikuwa muhimu kwa Yesu, ni muhimu zaidi kwa Wakristo.

3. Andika Zaburi 40:8 kwa maneno yako mwenyewe.
   Matamanio ya kuyatenda mapenzi ya Mungu hutokea wakati Neno lipo mioyoni mwetu

> Ni rahisi zaidi kuhifadhi akilini kwa kusudi fulani. Kuelewa maana au utekelezaji wa kifungu kutafanya kuhifadhi akilini kuwa rahisi.

E. Tafakari Juu Yake

"Heri mtu yule asiyeenenda katika shauri la waovu, wala kusimama katika njia ya wakosaji, wala kuketi barazani pa wenye mizaha! Bali huifurahia sheria ya Bwana,naye huitafakari hiyo sheria usiku na mchana. Atakuwa kama mti uliopandwa kando ya vijito vya maji, uzaao matunda yake kwa majira yake, wala jani lake halinyauki; na kila alitendalo hufanikiwa hufanikiwa" (Zaburi 1:1-3)

Kutafakari ni kuwazia kwa kimaombi juu ya Maandiko kwa lengo la kuelewa na utekelezaji. Lifikirie Neno la Mungu kwa sala ukiwa na lengo la kupatanisha maisha yako na mapenzi yake.

1. Kutafakari Maandiko kunaweza kufanywa wakati:

    a. Unalisikia Neno likihubiriwa.

    b. Unaisoma Biblia.

    c. Unaomba juu ya kile unachojifunza.

    d. Unapotafakari juu ya mistari uliyoihifadhi akilini.

2. Je, kutafakari kunakusaidiaje (Yoshua 1:8)?   Kunawasaidia Wakristo wawe waangalifu kufanya kulingana na yote yaliyoandikwa humo."

3. Je, unafikiri Neno la Mungu linaweza kuathiri usemi na matendo yako? Kwa jinsi gani? (Tazama Luka 6:45.)

    (Majibu yatatofautiana) Unanena yale yanayoujaza moyo wako, kwa hiyo ni lazima tuijaze mioyo yetu kwa Neno la Mungu.

4. Zaidi ya kuwa na bidii katika kujifunza Neno la Mungu, tunapaswa kufanya kipi kingine ili tulielewe (Zaburi 119:73, 125)?

    Tunahitaji kuomba ili kupata ufahamu.

III. MCHAKATO WA KUJIFUNZA BIBLIA

A. Hatua ya 1: Maandalizi

1. Tunapaswa kufanya nini kabla hatujayakaribia Maandiko (1 Petro 2:1–2)?

    Ni lazima tuungame dhambi zetu.

2. Nini kinapaswa kuwa maudhui ya maombi yetu tunapojitayarisha kujifunza Neno la Mungu (Wakolosai 1:9–10)?

    Omba hekima na ufahamu.

Tumia muda mfupi katika sala kabla ya kila somo. Ungama dhambi yoyote na umwombe Roho Mtakatifu, "Yafungue macho yangu nipate kuona mambo ya ajabu katika sheria yako." (Zaburi 119:18)

B. Hatua ya 2: Utazamaji
"Kipi kinachojiri katika kifungu? Ninaona nini?"

1. Uliza maswali unaposoma, na uyaandike. Nani? Nini? Wapi? Lini?

2. Unapokitazama kifungu, tafuta:

    a. Maneno muhimu

    b. Masuala muhimu (watu, mada)

    c. Amri (hasa vitenzi)

    d. Maonyo

    e. Maneno au virai vinavyorudiwarudiwa

    f. Ulinganishi (vitu vinavyofanana; vitu ambavyo ni tofauti)

    g. Maswali, majibu yaliyotolewa

    h. Chochote kisicho cha kawaida au kisichotarajiwa

Zingatia: Hii ni mifano michache tu ya mambo ya kuangalia unapotazama kifungu.

Onyo: Usiwe na haraka! Usikate tamaa mapema sana!

C. Hatua ya 3: Ufasiri
"Inamaanisha nini? nini?"

1. Maandiko yanaweza kuwa wazi. Mungu amemtoa nani ili atufundishe (1 Yohana 2:27)?

    _______________ Roho Mtakatifu _______________

2. Anza kwa kuuliza maswali ya kifasiri.

    a. Kuna umuhimu gani wa:

        (1) Neno fulani (hasa vitenzi)?

        (2) Kirai fulani?

        (3) Majina na vyeo?

        (4) Tarehe?

        (5) Vingine?

    b. Nini maana ya neno fulani?

    c. Kwa nini mwandishi alisema hivi?

    d. Nini maana ya neno hili, kirai, au jina?

3. Kupata majibu ya maswali yako ya kifasiri, tumia:

  a. Muktadha — mistari kabla na baada ya kifungu unachojifunza

  b. Ufafanuzi wa maneno

  c. Sarufi na muundo wa sentensi

  d. Vifungu vingine vya Maandiko

  e. Zana za kujifunzia Biblia, kama vile:

    (1) Kamusi za Biblia

    (2) Fahirisi za Biblia

    (3) Miongozo ya Biblia

    (4) Ensaiklopidia za Biblia

    (5) Vitabu vya ufafanuzi wa Biblia

4. Unapofasiri, kumbuka:

  a. Kwamba Maandiko yote yatakubaliana. Hayatakinzana yenyewe.

  b. Kukiacha kifungu kijizungumzie chenyewe katika muktadha wake. Kuwa mwangalifu usifikie hitimisho ambalo mwandishi hakunuia.

Kuna ufasiri mmoja pekee sahihi wa kifungu chochote cha Maandiko — maana iliyokusudiwa kiasili ya mwandishi.

D. Hatua ya 4: Utekelezaji
"Hili litakuwa na athari gani maishani mwangu?"

Sehemu hii ya mchakato wa kujifunza Biblia huchukua kweli ambazo zimeonekana na kujitahidi kuziingiza katika maisha ya kila siku na matendo.

1. Mara tukishalisikia Neno la Mungu, itikio letu linapaswa kuwa lipi (Yakobo 1:22)?_______________

________________ Tumeitwa kuwa "watendaji wa neno." ________________

2. Chombo sahili cha kukusaidia kutumia yale uliyojifunza ni "DAMAK." Je, kuna:

Dhambi ya kuacha?

Ahadi ya kudai?

Mfano wa kufuata?

Amri ya kutii?

Kikwazo cha kuepuka?

Ingawa kuna *ufasiri* mmoja tu sahihi wa kifungu fulani cha Maandiko, yapo *matumizi* mengi.

E. Hatua ya 5: Kurudia

Kujifunza Biblia ni mchakato unaorudiwa. Wakati wa kujifunza mstari, hatua ya 2, 3, na 4 hutumiwa tena na tena. Tazama, kisha fasiri, kisha utekeleze. Unaweza kuchagua kufanya hivi kwa kila neno, kirai, au wazo.

Kadiri unavyoupitia mstari, ndivyo maana yake inavyofunguliwa kwako kwa kina zaidi.

❖ *Ni muhimu kujifunza Maandiko ili kubarikiwa. Sijui kukuhusu, lakini napenda kuwa na furaha badala ya huzuni. Ningependa zaidi kuwa na furaha kuliko huzuni. Na najua kwamba maisha yanajumuisha nyakati za huzuni na nyakati za furaha. Najua pia jambo hili: Kadiri ninavyojifunza Neno la Mungu zaidi, ndivyo ninavyokuwa na furaha zaidi hata hali iwe ni gani. Neno la Mungu hunifurahisha.*
Ni jambo la kiutendaji sana. Unapomwona mtu mwenye huzuni, swali la kwanza la kumuuliza ni: Je, umejifunza Biblia leo? Swali hili rahisi ndilo jibu la shida yao. Zaburi 1:1-2 inatuambia, "Heri mtu yule asiyeenenda katika shauri la waovu, wala kusimama katika njia ya wakosaji, wala kuketi barazani pa wenye mizaha! Bali furaha yake ipo katika sheria ya Bwana, na juu ya sheria yake anatafakari mchana na usiku." Huyo ni mtu mwenye furaha. Mtu mwenye furaha ni mtu anayejifunza Biblia.

- John MacArthur

"Lakini utafuteni kwanza Ufalme wa Mungu na haki yake, na haya yote atawapa pia. pia." (Mathayo 6:33).

Kwa kutumia Mathayo 6:33 na karatasi ya mazoezi:

1. Tazama mambo mengi kadiri uwezavyo, ukiyaorodhesha katika safu ya "Utazamaji" hapa chini.

2. Andika "Maswali ya Kifasiri" kuhusu ulioyatazama.

3. Andika maana ya uliyoyatazama katika safu ya "Ufasiri."

4. Mara baada ya kukamilisha utazamaji wako na fasiri, jaza sehemu ya "Utekelezaji."

Zingatia: Sita za kwanza zimetolewa kama mifano.

**Lakini utafuteni kwanza Ufalme wa Mungu na haki yake,
na haya yote atawapa pia" (Mathayo 6:33).**

Utazamaji	Maswali ya Kifasiri	Fasiri
1. Mstari huo unaanza kwa kiunganishi *lakini.*	1. Kwa nini sentensi inaanza na *lakini?*	1. Mstari huu umeunganishwa na mistari iliyotangulia. Lazima kusoma Mathayo 6:31–32 kwa ajili ya muktadha.
2.Neno muhimu: *Utafuteni.*	2. Lina maana gani? Je, *kutafuta* kunahitaji tendo gani?	2. Lina maana ya kufuatilia au kutafut Ni amri.
3. Kitenz *utafuteni* kipo katika wakati uliopo	3. Wakati uliopo unaonyesha nini?	3. Lazima nitafute *sasa.*
4. ngatia matumizi ya neno *kwanza* likifuata *utafuteni.*	4. Ni nini umuhimu wa *kwanza?*	4. Inamaanisha kipaumbele. Lazima nitafute kama kipaumbele kikuu.
5. Neno muhimu linalofuata ni *ufalme.*	5. Neno *ufalme* linamaanisha nini?	5. Ni utawala mkuu au utawala juu ya himaya maalum au eneo.
6. Neno *ufalme* limefuatwa na kiwakilishi nafsi *wa (wake).*	6. Ni ufalme wa nani unaotambuliwa? Je, *wa (wake)* linamrejelea?	6. Tukitazama nyuma kwenye mstari 32 *wake* linamrejelea "Baba." Ni ufalme wa Mungu.
7.	7.	7.
8.	8.	8.
9.	9.	9.

Utazamaji	Maswali ya Kifasiri	Fasiri
10.	10.	10.
11.	11.	11.
12.	12.	12.

Utekelezaji

Andika utekelezaji mmoja kulingana na utazamaji wako na ufasiri.
(Rejelea DAMAK katika sehemu ya "Hatua ya 4: sehemu ya Utekelezaji".)

(Majibu yatatofautiana)

____

____

____

____

V. UTEKELEZAJI

Je, masaa 168 ya wiki yako yanawekezwa vizuri? Je, unapaswa kufanya mabadiliko yoyote?

Jedwali lifuatalo litakusaidia kuchanganua mazoea yako ya kuifanya Biblia kuwa yako. Unapojaza idadi ya masaa unayotumia kila juma, omba kuhusu kuweka malengo mapya.

Muda katika Neno	Programu Yangu ya Sasa	Malengo na Mipango Mipya
Kulisikia Neno		
Kulisoma Neno		
Kujifunza Neno		
Kulihifadhi Neno akilini		

❖ Ni muhimu pia kujifunza Maandiko ili kuwasaidia wengine. Kwa kweli huwezi kumsaidia mtu mwingine yeyote isipokuwa uwe unajua kitu wanachohitaji kukijua. Mungu kamwe hakuuthamini ujinga. Kutofahamu kwako hakukufanyi tu ushindwe kujisaidia, lakini hukufanya ushindwe kumsaidia mtu yeyote mwingine. Na Ukristo unahusika kabisa na kuwasaidia watu wengine, sivyo? Je, unaweza kumsaidia vipi mtu aliye katika shida?

Kwa kumwonyesha suluhisho la Mungu kwa matatizo yake. Je, ni kwa njia gani utaweza yema kabisa kulitatua tatizo la mtu? Kwa kujua Biblia inasema nini kuhusu tatizo lake, na jinsi ya kulishughulikia. Kwa hiyo una uwezo wa kuwasaidia wengine unapolijua Neno la Mungu. Kwa mfano, 2 Timotheo 2:2 inatwambia tunapaswa kuwafundisha watu waaminifu ili wapate kuwafundisha wengine pia.

- John MacArthur

JINSI YA KUIJUA BIBLIA

MALENGO YA SOMO LA 2

1. Kumpa motisha mwanafunzi kuisoma na kujifunza Biblia.

2. Kumfundisha mwanafunzi stadi za kimsingi za kujifunza Biblia.

MPANGO WA DARASA LA SOMO LA 2

1. Jadili sababu tano zinazovutia sana za kulijua Neno la Mungu: kukua, kushinda dhambi, kujiandaa kwa ajili ya huduma, kubarikiwa, na kuwasaidia wengine.

2. Hakiki mchakato wa kujifunza Biblia.

3. Hakiki zoezi la kujifunza Biblia la kiutendaji.

MASWALI YA KAWAIDA KWA SOMO LA 2

Je, najifunzaje Biblia yangu badala ya kuisoma tu?

Kwa nini nyakati nyingine Biblia ni ngumu kuelewa, hata kwa Wakristo?

MPANGILIO WA KUFUNDISHA UNAOPENDEKEZWA KWA SOMO LA 2

1. Kupasha misuli moto

Jadili kwa ufupi mstari wa somo wa kuhifadhiwa akilini. Uliza ufafanuzi wa "jitahidi," na "kwa usahihi.," Kushughulikia Neno la Mungu kwa usahihi si kazi rahisi; ni kazi, lakini imeamriwa na Mungu. Kuyashughulikia Maandiko kwa usahihi humaanisha "kukata sawasawa," kutafuta maana ya kweli.

2. Kwa nini kuijua Biblia (sehemu ya I)

A. Njia tano za kuijua Biblia

Jadili njia tano za kuijua Biblia zilizoorodheshwa katika ukurasa wa kwanza wa somo. Tumia chati hili kama mahali pa kuanzisha somo kwa kuwa utakuwa ukishughulikia kila moja ya maeneo hayo matano.

B. Kwa nini ujifunze Biblia Jadili

Jadili majibu ya wanafunzi kwa sababu za kulijua Neno la Mungu katika sehemu ya I.

Jalizia majadiliano haya kwa yafuatayo:
> ► Kujitayarisha kwa ajili ya huduma (1 Petro 3:15; 1 Timotheo 4:6).

> ► Kuyatakasa maisha yetu (Yohana 17:17; 1 Petro 1:14–19).

> ► Ni mapenzi ya Mungu kwamba tukae kwenye Neno na kulitii (Yoshua 1:8; Wakolosai 3:16).

► Kuelewa Maandiko huwasaidia Wakristo kumjua Mungu kwa undani zaidi (Yohana 5:39; Mithali 2:1, 5; 1 Yohana 2:14).

Uliza, *"Je, tunamaanisha nini tunapoelezea Biblia kuwa inayotosha"?*

3. Jinsi ya kuijua Biblia (sehemu ya II)

A. Isikie

Chukua muda kushughulikia hitaji la wanafunzi kuhudhuria kanisa linalohubiri Biblia likisisitiza usomaji wa Neno la Mungu hadharani (1 Timotheo 4:13) na kuhubiriwa kwa Maandiko (2 Timotheo 4:1–2), sio tu kuhubiri maoni ya mwanadamu au mielekeo ya kitamaduni. Pia ni muhimu kwa watu kulisikia Neno likihubiriwa kwa ukawaida. Waambie wanafunzi kuhusu vipindi vya redio au mahubiri yanayopatikana mtandaoni ambayo yanaweza kusaidia katika wao kumtafuta Kristo.

B. Isome / Jifunze

Jadili tafsiri mahususi za Biblia wanazotumia. Mnaposoma, wakati mwingine inasaidia sana kuwa na tafsiri zaidi ya moja. Lakini wahimize waamue kwa uangalifu fasiri mahususi watakayokuwa na uzoefu nayo kupitia kujifunza.

Wahimize wanafunzi wako wawe na ratiba ya kusoma. Tunapendekeza kukisoma kitabu kimoja kila siku kwa mwezi. Kwa mfano, katika muda wa ibada binafsi, wasome Waefeso kila siku kwa mwezi mmoja, kisha waenda kwenye kitabu kingine. Kwa vitabu virefu, wasome seti ya sura kumi kila siku kwa mwezi. Kwa njia hii, wanafunzi wataanza kufahamu dhamira ya mwandishi na mtiririko wa mawazo. Hili pia huwasaidia wanafunzi kuyashika mengi zaidi.

C. Ihifadhi akilini

Uliza, *Kwa nini kulihifadhi Neno la Mungu akilini ni muhimu sana?*

Fungamanisha hili katika majibu yao katika sehemu ya II, D, 22–3.

Liulize darasa kama lingependa kuweza kushiriki ujumbe wa injili na wengine. Ikiwa lingependa, wanahitaji kujua nini? Jibu: mistari muhimu ya injili, iliyohifadhiwa akilini!

D. Tafakari juu yake

Soma Zaburi 1:1–3 na Yoshua 1:8 (iliyotajwa katika somo) na sababu za kutafakari. Kisha uliza swali la juu kwa juu kwa darasa: *Inamaanisha nini kuyatafakari Maandiko?*

Jibu: Kutafakari; kufikiri kimaombi kwa lengo la ufahamu kamili zaidi na utekelezaji wake.

Zingatia: Kutafakari si kujaribu kuondoa mawazo yote ya kifahamu akilini mwetu. Watu ambao wameonyeshwa mawazo ya kidini ya Mashariki mara nyingi huchanganyikiwa kuhusu asili ya kutafakari kwa kibiblia. Dini za Mashariki huwahimiza wafuasi kutafakari juu ya utupu ilhali kutafakari kwa kibiblia kwa hakika ni kuhusu maudhui— Neno la Mungu. Tunatafuna na kumeng'enya Neno la Mungu. Mtu aliyebarikiwa katika Zaburi 1:2 anatafakari juu ya sheria ya Mungu mchana na usiku. Tafakari ya kibiblia sio kuondoa vyote akilini mwetu, bali ni kuwaza kimaombi juu ya Maandiko kwa lengo la ufahamu na utekelezaji. Ni kuliwazia kimaombi Neno la Mungu kwa lengo la kupatanisha maisha yetu na mapenzi yake.

Fanyeni: Liambie darasa litafakari Warumi 10:9. Fanya hivyo kwa kumwomba kila mwanafunzi asome mstari huo, mwanafunzi mmoja baada ya mwingine, kila mwanafunzi akisisitiza neno linalofuata katika mstari huo. Kufikia wakati mstari utakaposomwa mara ishirini na sita, watakuwa wametafakari mstari na injili!

4. Mchakato wa kujifunza Biblia (sehemu ya III)

Kwa kweli zipo kanuni rasmi za kujifunza Biblia, kama kulivyo na kanuni za kujifunza somo lolote lenye uzito. Jina la kanuni hizi ni "hemenetiki." Kusudi la hemenetiki ni kuruhusu andiko kunena badala ya "kupachika katika lile andiko" kile tunachofikiria au kuhisi. Hemenetiki inazingatia asili ya kihistoria, kisarufi, na kitamaduni na muktadha wa kifungu kinachosomwa ili kuelewa kile ambacho waandishi asilia walikusudia kusema.

Hatua ya 1: Maandalizi

Hakiki sehemu ya III, A, katika somo. Tilia mkazo hitaji la kuungama dhambi katika maombi kabla ya kulikaribia Neno la Mungu. Unaweza kujalizia mstari katika somo na Yakobo 1:21. *Mwombe mwanafunzi asome mstari huo kisha uulize, Tunapaswa kulikaribiaje Neno la Mungu?* Jibu: Katika usafi na unyenyekevu.

Pia zungumza kuhusu hitaji la kuomba kwa ajili ya kuelewa kama ilivyoelezwa katika sehemu ya III, A, 2, ya somo.

Hatua ya 2: Utazamaji

Kulingana na taarifa katika somo, liulize darasa utazamaji ni nini. Kisha sisitiza haja ya kuuliza maswali ya utazamaji juu ya kifungu kinachosomwa.

- ▶ Ikiwa unaweza kuwapa motisha wanafunzi wako waandike tu maswali juu ya yale wanayojifunza kisha kupata majibu, umewapa wengi wao chombo kikuu cha kutumia katika kujifunza kwao Biblia.

- ▶ Pitia orodha, kama ilivyotolewa katika somo, ya mambo ya kuangalia katika kifungu fulani. Lishawishi darasa kwamba funzo la Biblia linaanza kwa kuuliza maswali na kisha kuhusisha kutafuta majibu!

Hatua ya 3: Ufasiri

Hakiki taarifa zilizotolewa katika somo.

Uliza, *Je, kutafuta vifungu vingine katika Biblia vinavyozungumzia mada sawa na kifungu kilichopo kunawezaje kusaidia katika ufasiri wako wa mstari?*

Uliza , *Kwa nini waumini daima wamesema kwamba ufafanuzi bora zaidi wa Biblia ni Biblia yenyewe?*

Zana za kujifunzia Biblia: Ili kuwasaidia wanafunzi wako kupata majibu ya maswali yao ya utazamaji na ufasiri, leta baadhi ya zana za kujifunzia Biblia. Waache waone na waguse kitabu cha ufafanuzi, kitabu cha mwongozo wa Biblia, ensaiklopidia ya Biblia, n.k.

Swali la kawaida: Kwa nini nyakati nyingine Biblia ni ngumu kuelewa, hata kwa Wakristo?"

Majibu yanayopendekezwa: Uwezekano mmoja unaweza kuwa dhambi katika maisha ya mtu. Dhambi inaweza kupofusha mtu asione ukweli wa kifungu kwa sababu hataki kuyatiisha maisha yake kwao. Uwezekano mwingine, na hili linawezekana zaidi, ni kwamba mtu huyo hajakomaa vya kutosha katika imani ili kukielewa kifungu. Maandiko yenyewe yanazungumza juu ya kweli ambazo ni za msingi na zingine ambazo ni za watakatifu waliokomaa zaidi (Waebrania 6:1). Petro mwenyewe alitaja kwamba baadhi ya barua za Paulo zilikuwa ngumu kuelewa (2 Petro 3:15–16). Hatimaye, kwa sababu Mungu hana kikomo na Neno lake linaonyesha hulka yake, kunaweza kuwa na kweli fulani ambazo ni za kina sana hata zisieleweke katika maisha haya. Kwa mfano, mvutano kati ya ukuu wa Mungu na wajibu wa mwanadamu, au kati ya uungu na ubinadamu wa Kristo.

Hatua ya 4: Utekelezaji

Uliza, *Inamaanisha nini kuiweka DAMAK kama sehemu ya kujifunza Biblia? Kulitazama Neno la Mungu kunapaswa kuathiri kwa namna gani jinsi tunavyoyatazama maisha yetu?*

Hatua ya 5: Kurudia

Arifu kwamba kusoma mstari ni mchakato wa kurudiwa. Kupitia kifungu mara moja—kutazama, kufasiri, na kutekleza—hakutoshi. Mchakato huu unahitaji kurudiwa, tena na tena, hadi maana ya kina ya kifungu ifunguliwe kwako.

5. Zoezi la kujifunza (sehemu ya IV)

Liambie darasa lishiriki utazamaji tofauti, maswali ya kifasiri, na fasiri walizoandika kuhusu mstari. Kila wakati, waulize salio la kikundi kama wengine waliiona hoja hio. Hakikisha kwamba utazamaji uliofanywa upo kweli kwenye kifungu na haujapachikwa mle.

Kiambie kikundi kishiriki utekelezaji wao ulioandikwa kutokana na zoezi hili. Onyesha kwamba ingawa ufasiri wa kifungu unapaswa kufanana, kunaweza kuwa na utekelezaji mwingi wa kibinafsi au wa jumla wa ukweli ulio katika kifungu.

6. Utekelezaji (sehemu ya V)

Kujaza chati kama hii kwa hakika kunaweza kufichua kuhusu vipaumbele vya kibinafsi. Chati hufanya kazi kama mbia wa uwajibikaji. Wape washiriki wa kikundi fursa ya kushiriki jinsi wanavyopanga kubadilisha mazoea yao ya kujifunza Biblia kama matokeo ya somo hili.

Jitayarishe kwa Zoezi Lako

1. Pakua ujumbe #3, "Mungu: Yeye ni wa Namna Gani? Gani?" kutoka www.gty.org/fof.

2. Tumia daftari lako kuandikia kumbukumbu za ujumbe.

3. Yafanyie kazi maswali na mazoezi kwenye kurasa zifuatazo.

- - -

Hifadhi akilini 1 Mambo ya Nyakati 29:11

Ukuu na uweza, ni vyako, Ee Bwana,na utukufu na enzi na uzuri,kwa kuwa kila kilichoko mbinguni na duniani ni chako wewe. Ee Bwana, ufalme ni wako; umetukuzwa kuwa mkuu juu ya yote.

❖ Jitumbukize katika kina kirefu cha bahari ya Uungu; potelea katika ukuu wake; nawe utatoka kana kwamba unatoka katika kochi la mapumziko, umeburudika na kutiwa nguvu. Sijui chochote kinachoweza kuifariji roho kwa namna hii, kutuliza mawimbi makuu ya huzuni na masononeko kwa namna hii; na kunena amani kwa upepo wa majaribu, kama tafakari ya uchaji juu ya mada ya Uungu.

- C. H. Spurgeon mnamo Januari 7, 1855

I. UTANGULIZI

Katika dini za ulimwengu wa leo, kuna wengi wanaoitwa miungu na maoni mengi vile vile kuhusu jinsi Mungu (au mungu) alivyo. Biblia, kwa upande mwingine, inadai kwamba ndiyo ufunuo wa Mungu mmoja wa kweli. Biblia haijaribu kamwe kuthibitisha kwamba Mungu yupo hutangaza tu, "Hapo mwanzo Mungu . . ." (Mwanzo 1:1).

A. Zaburi 89:7-8 inamwelezaje Mungu?

Mungu ni wa kuogopwa; Yeye ni wa kutisha na

mwenye nguvu

B. Ni kauli gani inatolewa kuashiria ukweli kwamba kuna Mungu mmoja tu (Isaya 43:10)?

"Kabla Yangu hapakuwa na Mungu aliyeumbwa,

wala hakutakuwa na mwingine baada Yangu."

C. Je, ni kitu gani ambacho Mungu hatampa mwingine (Isaya 42:8)?

Utukufu wake wala sifa zake.

II. UMUHIMU WA KUMJUA MUNGU

A. Yesu alilinganisha kumjua Mungu na nini (Yohana 17:3)? Uzima wa milele

B. Badala ya kujisifia hekima, uweza, au utajiri, ni jambo gani moja ambalo Mungu anasema mwanadamu ajisifu nalo (Yeremia 9:24)?

"Kwamba ananielewa na kunijua Mimi [Mungu]."

III. MTU ANAWEZAJE KUMJUA MUNGU?

A. Yesu anasema nini kuhusu njia za kumjua Mungu (Yohana 14:9–10)?

"Je, nimekuwapo nanyi muda wote huu, na bado hujanijua Mimi, Filipo? Yeye aliyeniona mimi amemwona Baba; wawezaje kusema, Tuonyeshe Baba '? Husadiki ya kuwa mimi ni ndani ya Baba, na Baba yu ndani yangu?"

B. Paulo anasema nini kumhusu Kristo katika Wakolosai 2:

"Maana ukamilifu wote wa Uungu umo ndani ya Kristo katika umbile la mwili wa kibinadamu"

C. Mwandishi wa Waebrania anasema kwamba Mungu amesema nasi katika Mwanawe. Kristo anaelezewaje (Waebrania 1:3)?

"Mwana ni mng'ao wa utukufu wa Mungu na mfano halisi wa nafsi yake, akivihifadhi vitu vyote kwa neno lake lenye uweza"

IV. SIFA ZA MUNGU

A. Sifa ni nini?

Sifa ni ubora ama kawaida ambayo ni kweli kumhusu mtu fulani. Kujifunza sifa za Mungu huturuhusu kuwa na ufahamu uliobanwa wa Nafsi yake. Ingawa baadhi ya dhana zinavuka mipaka ya ufahamu wetu, mawazo yetu kumhusu Mungu yanahitaji kuwa ya kweli iwezekanavyo.

Baba, Mwana, na Roho Mtakatifu
Utakatifu
Uadilifu na Haki
Ukuu
Umilele
Kutobadilika
Kuyajua Yote
Kuwepo Kila Mahali
Uweza Yote Upendo
Ukweli
Rehema
Zingatia: Hizi ni baadhi tu ya sifa za Mungu.

---

[1] Nukuu kutoka kwa *The Knowledge of the Holy* na A. W. Tozer, © 1961 ya Aidan Wilson Tozer. Imetumiwa kwa idhini ya HarperCollins Publishers Inc.

B. Sifa za Mungu Kufafanuliwa

Kwanza itazame mistari ifuatayo ya Maandiko, kisha andika sehemu ya mstari inayofafanua vyema sifa iliyotolewa.

Pili, katika sehemu ya Utekelezaji wa Kibinafsi, andika jinsi sifa hiyo inavyotekelezwa kwako binafsi kulingana na uelewa wako wa sifa hio.

C. Utakatifu

Sifa ya Mungu ya utakatifu ina maana kwamba yeye hajaguswa wala kuchafuliwa na maovu yaliyomo duniani. Yeye ni safi na mkamilifu kabisa.

a. Kutoka 15:11 _"Ni nani kama Wewe: uliyetukuka katika utakatifu?"_

b. Zaburi 99 _"mwabuduni kwenye mlima wake mtakatifu,kwa maana Bwana Mungu wetu ni mtakatifu."_

Kwa sababu Mungu ni mtakatifu, tunahimizwa kuwa watakatifu (1 Petro 1:16). Tunapaswa kutengwa mbali na dhambi kwa Mungu. Maisha yetu yanapaswa kung'aa kumwakisi Mungu katika ulimwengu usio na haki.

Utekelezaji wa Kibinafsi: _(Majibu yatatofautiana)_

2. Uadilifu na Ha

Uadilifu na _haki_ yanachimbuka kutoka neno lile lile la mzizi katika lugha asili ya Agano Jipya. Maana yake ni kuwa sawa au haki.

Uadilifu huonyesha mapatano kamili kati ya asili ya Mungu na matendo yake. Haki ni njia ambayo Mungu huufanya uadilifu wake kuwa sheria. Hakuna hatua ambayo Mungu huchukua kuhusiana na mwanadamu ambayo inakiuka kanuni yoyote ya maadili au haki.

> Hakuna sheria iliyo **juu** ya Mungu, lakini kuna sheria **ndani** ya Mungu. [2]

a. Kulingana na Zaburi 119:137, uadilifu wa Mungu unaonyeshwa katika _hukumu_ zake

---

[2] Nukuu kutoka kwa _The Zondervan Pictorial Encyclopedia of the Bible_, Volume 5, ed. Merrill C. Tenney, © 1975, 1976 na The ZonderZonder-van Corporation. Inatumika kwa ruhusa.

b. Katika Zaburi 89:14, uadilifu na haki vinarejelewa kama **Msingi wa kiti chako cha enzi.**

Je, kiwango chako cha kile kilicho sawa na cha haki kinalinganaje na kiwango cha Mungu?

Utekelezaji wa Kibinafsi: **(Majibu yatatofautiana)**

3. Ukuu

Neno ukuu lina maana ya aliye kiongozi au aliye juu zaidi, mkubwa kabisa katika uweza, au bora katika nafasi kuliko wengine wote.

a. Isaya 46:9–10 **"Mimi ndimi Mungu, wala hakuna mwingine;mimi ndimi Mungu,wala hakuna mwingine aliye kama mimi. Ni mimi nitangazaye mwisho tangu mwanzo,naam, tangu zamani za kale,mambo ambayo hayajatendeka. Ninasema: Kusudi langu ndilo litakalosimama,nami nitatenda mapenzi yangu yote."**

b. Isaya 45:23 **Nimeapa kwa nafsi yangu,kinywa changu kimenena katika uadilifu wote neno ambalo halitatanguka: Kila goti litapigwa mbele zangu,kwangu mimi kila ulimi utaapa."**

Wazo la ukuu ni la kutia moyo, kwa kuwa linamhakikishia Mkristo kwamba hakuna chochote kilicho nje ya udhibiti wa Mungu na kwamba mipango yake haiwezi kuzuiwa (Warumi 8:28).

Utekelezaji wa Kibinafsi: **(Majibu yatatofautiana)**

4. Umilele

Kwa kuwa Mungu ni wa milele, hapajawahi kuwa na wakati ambapo Yeye hakuwepo. Hakuwa na mwanzo na hatakuwa na mwisho.

a. Isaya 44:6   *"Mimi ni wa kwanza na Mimi ni wa mwisho;zaidi yangu hakuna Mungu."*

b. Isaya 43:13   *"Naam, tangu siku za kale, Mimi ndiye."*

Akiwa wa milele, Mungu hafungwi na wakati. Akiwa amekuwepo siku zote, anayaona yaliyopita na yajayo kwa uwazi jinsi anavyoyaona yaliyopo sasa. Kwa mtazamo huo, ana ufahamu mkamilifu wa kilicho bora kwa maisha yetu. Kwa hiyo, tunapaswa kumwamini Yeye katika maeneo yote ya maisha yetu.

Utekelezaji wa Kibinafsi: *(Majibu yatatofautiana)*

5. Kutobadilika

Mungu kamwe habadiliki katika asili au kusudi lake.

a. Malaki 3:6   *"Mimi Bwana sibadiliki."*

b. Waebrania 6:17–18   *kutokubadilika kwa ahadi yake . . . Mungu hawezi kusema uongo.*

Biblia ina ahadi nyingi kwa wale walio wake. Anaweza kuaminiwa kuitimiza ahadi yake.

Utekelezaji wa Kibinafsi: *(Majibu yatatofautiana)*

6. Kuyajua yote

Mungu anayajua mambo yote yaliyopo na yajayo. Hakuna kinachomshangaza.

a. Ayubu 34:21 Macho yake yanazitazama njia za wanadamu;anaona kila hatua yao

b. Zaburi 139:1 Ee Bwana, umenichunguzana kunijua. Unajua ninapoketi na ninapoinuka;
unatambua mawazo yangu tokea mbali. Unafahamu kutoka kwangu na kulala kwangu;
unaelewa njia zangu zote. Kabla neno halijafika katika ulimi wangu,wewe walijua kikamilifu,
Ee Bwana Umenizunguka nyuma na mbele; umeweka mkono wako juu yangu. Maarifa haya
ni ya ajabu mno kwangu,ni ya juu sana kwangu kuyafikia.

Kwa kuwa Mungu ni mjuzi wa yote, alijua dhambi zetu zote (zilizopita, zilizopo, na zijazo) wakati wa wokovu wetu. Hata hivyo bado alitusamehe na kutupokea katika familia yake milele. Je, hilo linasema nini kuhusu usalama wa wokovu wetu?

Utekelezaji wa Kibinafsi: (Majibu yatatofautiana)

❖ *Wakati fulani maishani mwangu nilifikiria kuhusu fundisho la Mungu kujua yote kwa uoga. Nilipokuwa mtoto mdogo, wazazi wangu walikuwa wakisema, "Huenda hatujui unachofanya, lakini Mungu anajua. Mungu anaona kila kitu." Unaukumbuka uzuri huo? Nilikuwa nikilifahamu hilo. Anajua.*

Kwa sababu hiyo, nilikuwa nikifikiri fundisho la Mungu kujua yote lilikuwa la kutoridhisha kabisa. Ina maana gani? Mungu alinijua kwa njia ambazo sikuwa na uhakika nilitaka kujulikana kwazo.

Kisha nilijifunza Yohana 21 na nikakua kidogo. Na nikakumbuka mazungumzo ya Petro na Yesu kando ya ziwa siku kadhaa baada ya Petro kukana kwa nguvu kwamba alimjua. Petro aliendelea kujaribu kumshawishi Bwana kuwa anampenda. Unalikumbuka hilo? "Bwana, nakwambia, nakupenda." Naye Bwana akazidi kumuuliza na kuuliza. ... Hatimaye, Petro alisema, "Bwana, tazama, wewe wajua yote, wewe wajua kuwa nakupenda."

Alikata rufaa kwa nini? Ni kwa fundisho gani kumhusu Mungu? Sifa gani? Kuyajua yote - kuyajua yote ni jambo kubwa. Sio kana kwamba Mungu anaangalia chini na kukupeleleza wewe; hiyo ni nusu tu ya ukweli. Je, unafahamu kwamba kama sio kujua yote zipo siku ambazo Mungu hata asingejua kuwa unampenda kwa sababu haingekuwa dhahiri? Na kama asingejua kila kitu, hata asingejua unajali. Nadhani katika maisha yangu zipo siku nyingi ambapo siwezi kutofautishwa na mmoja wa watu wa ulimwengu. Je, unakubali kwamba hiyo ni kweli kwa maisha yako? Anajuaje kuwa ninajali? Lazima awe anayajua mengi. Ni sharti ayajue yote. Ni sharti aujue moyo wangu. Hilo linanipa ujasiri hata ninapokosea. Upendo wangu bado uko salama kwa sababu anaujua moyo wangu.

- John MacArthur

7. Kuwepo Kila Mahali

Mungu yupo kila mahali katika ulimwengu.

a. Mithali 15:3 <u>Macho ya Bwana yako kila mahali,yakiwaangalia waovu na wema.</u>

b. Zaburi 139:7–12 <u>Niende wapi nijiepushe na Roho yako? Niende wapi niukimbie uso wako? Kama nikienda juu mbinguni, wewe uko huko;nikifanya vilindi kuwa kitanda changu,wewe uko huko. Kama nikipanda juu ya mbawa za mapambazuko,kama nikikaa pande za mbali za bahari, hata huko mkono wako utaniongoza,mkono wako wa kuume utanishika kwa uthabiti.</u>

Kwa kuwa Mungu yupo kila mahali, ni upumbavu kufikiria tunaweza kujificha kutoka kwake. Hii ina maana pia kwamba muumini anaweza kuwa na uzoefu wa uwepo wa Mungu wakati wote na kujua baraka za kutembea pamoja naye.

Utekelezaji wa Kibinafsi: <u>(Majibu yatatofautiana)</u>

____

____

____

8. Uweza Yote

Mungu ni muweza wa yote, ana nguvu zaidi ya kutosha kufanya lolote.

a. Yeremiah 32:17 <u>Ee Bwana Mwenyezi, umeumba mbingu na nchi kwa uwezo wako mkuu na kwa mkono ulionyooshwa. Hakuna jambo lililo gumu usiloliweza!</u>

b. Ufunuo 19:6 <u>"Kwa maana Bwana Mungu wetu Mwenyezi anatawala"</u>

Uweza wa Mungu unaonekana katika:

- Nguvu zake za kuumba (Mwanzo 1:1)

- Uhifadhi wake wa vitu vyote (Waebrania 1:3)

- Utunzaji wake wa majaliwa kwetu (Zaburi 37:23–24)

"Hivyo usiogope, kwa maana niko pamoja nawe;usifadhaike, kwa maana mimi ni Mungu wako. Nitakutia nguvu na kukusaidia;nitakutegemeza kwa mkono wa kuume wa haki yangu. yangu." (Isaya 41:10). Unaweza kujifunza nini kutokana na Isaya 41:10 kuhusu uweza yote wa Mungu?

Utekelezaji wa Kibinafsi: <u>(Majibu yatatofautiana)</u>

____

____

9. Upendo

Mungu ni upendo. Upendo wake hauna masharti; haujajikita katika uzuri au kustahili kwa mlengwa.

a. Yohana 3:16 "Kwa maana jinsi hii Mungu aliupenda ulimwengu hata akamtoa Mwanawe wa pekee, ili kila mtu amwaminiye asipotee, bali awe na uzima wa milele."

b. Warumi 5:8 Lakini Mungu anaudhihirisha upendo wake kwetu kwamba: Tulipokuwa tungali wenye dhambi, Kristo alikufa kwa ajili yetu.

Upendo hujidhihirisha kwa vitendo. Mungu ni mfano kwetu. Aliudhihirisha upendo wake kwetu kwa kumtuma Yesu afe badala yetu (2 Wakorintho 5:21).

Utekelezaji wa Kibinafsi: (Majibu yatatofautiana)

____

____

____

10. Ukweli

Mungu ndiye Mungu wa pekee wa kweli.

a. Zaburi 31:5 "Ee Bwana, uliye Mungu wa kweli.."

____

b. Zaburi 117:2 "uaminifu wa Bwana unadumu milele.."

____

Ukweli wa Mungu u juu ya vyote. Yeye ni mkweli hata kama watu wote watapatikana kuwa waongo. Kwa hiyo, maneno yake na hukumu zake daima hushinda (Warumi 3:4). Kwa kuzingatia hilo, unapaswa kulionaje Neno la Mungu na kweli zilizomo?

Utekelezaji wa Kibinafsi: (Majibu yatatofautiana)

____

____

____

11. Rehema

Rehema kuu ya Mungu ni dhihirisho la kiutendaji la huruma yake kwa wale ambao wameyapinga mapenzi yake.

a. Zaburi 145:8–9 <u>Bwana ni mwenye neema na mwingi wa huruma,si mwepesi wa hasira, bali</u>

<u>ni mwingi wa upendo. Bwana ni mwema kwa wote,ana huruma kwa vyote alivyovifanya."</u>

b. Zaburi 130:3–4 <u>Kama wewe, Ee Bwana, ungeweka kumbukumbu ya dhambi,Ee Bwana, ni nani</u>

<u>angeliweza kusimama? Lakini kwako kuna msamaha,kwa hiyo wewe unaogopwa?</u>

Rehema kuu ya Mungu inatofautishwa na dhambi ya mwanadamu. Rehema yake inaonyeshwa katika wokovu wetu (Waefeso 2:4 4–5).

Utekelezaji wa Kibinafsi: (Majibu yatatofautiana)

Kwa kuzingatia sifa za Mungu zilizojadiliwa katika somo hili, jibu maswali yafuatayo.

A. Je, maombi yako yataathiriwa vipi? (Majibu yatatofautiana)

B. Je, ungeitikiaje jaribu kuu maishani mwako, kama vile:

1. Kifo cha jamaa wa karibu (mume/mke, mtoto)?

(Majibu yatatofautiana)

2. Ajali inayokuacha mlemavu wa mwili?

(Majibu yatatofautiana)

MUNGU: HULKA NA SIFA ZAKE

1. Kuwapa wanafunzi uelewa mtimilifu zaidi wa sifa za Mungu ili waweze kumtolea ibada ya kweli zaidi na yenye heshima zaidi.

2. Kumpa mwanafunzi mtazamo wa ukuu na utukufu usio na kikomo wa Mungu.

1. Taarifa za jumla juu ya nafsi ya Mungu.

2. Uchunguzi wa sifa za Mungu.

Ikiwa Mungu ni muweza yote na anayewapenda wote, kwa nini kuna kuteseka ulimwenguni?

Ikiwa Mungu ni mwenye ukuu, kwa nini hawazuii watu wasiende jehanamu?

1. Kupasha misuli moto

Wakaribishe wote na utumie muda mfupi kuhakiki mistari ya kuhifadhi akilini kutoka kwa masomo mawili ya kwanza. Mkumbushe kila mtu kwamba somo 1 na 2 yalizingatia Biblia kama ufunuo wa Mungu. Somo hili litazingatia hulka ya Mungu kama inavyofunuliwa katika Neno lake.

2. Utangulizi (sehemu ya I)

Tanguliza somo kwa kumtaka mmoja wa wanafunzi aisome aya ya utangulizi katika somo. Anzisha kwa kifungu cha Mwanzo 1:1 na uzungumze kuhusu kuwepo kwa Mungu pasipo kuumbwa.

A. Kuwepo kwa Mungu pasipo kuumbwa

- ► Kuwepo kwa Mungu kunachukuliwa tu—Mwanzo 1:1
- ► Umuhimu wa cheo chake MIMI NDIMI unamaanisha kuwepo pasipo kuumbwa — Kutoka 3:14
- ► Mungu amekuwepo tangu milele—Isaya 43:13

Sasa *uliza maswali, Kwa nini wanadamu hutilia shaka kuwepo kwa Mungu? na Je, Mungu amejifunua vipi kwa mwanadamu?*

Hakiki Warumi 1:18–22; 2:14-16, na uzungumzie:

- ► Jinsi Mungu amejidhihirisha ndani ya wanadamu —Warumi 1:19

- ► Jinsi Mungu anavyoweza kuonekana katika uumbaji wake —Warumi 1:20 (pia Zaburi 19:1)

- ► Jinsi Mungu alivyojidhihirisha mwenyewe kwa wanadamu ndani ya dhamiri zao —Warumi 2:15

Luilize darasa, Ni nini matokeo wakati wanadamu wanapopuuza uweza wa Mungu wa kuumba, kupuuza dhamiri zao, na kumwacha Mungu? Jibu: Warumi 1:21–22—bali fikira zao zimekuwa batili na mioyo yao ya ujinga ikatiwa giza,wakawa wajinga. (Pia tazama Zaburi 14:1.)

B. Yupo Mungu mmoja tu

Waulize wanafunzi jibu lao kwa I, B, katika somo. Litumie jibu hili ili kuzungumzia ukweli kwamba yupo Mungu mmoja tu. Unaweza kujalizia kwa Isaya 45:22 na 44:6–8.

Zingatio juu ya Utatu: Mara tu unapothibitisha kwamba yupo Mungu mmoja tu, inavutia kuzingatia kwamba Mungu anajirejelea Mwenyewe katika hali ya wingi. Zingatia Mwanzo 1:26a na Mwanzo 3:22. Mungu anajiita "Sisi" na "Wetu." Hili linakuruhusu kuutanguliza Utatu. Waambie wanafunzi kwamba Utatu utaendelezwa zaidi baada ya sisi kujifunza somo la Yesu Kristo (somo #4) na somo la Roho Mtakatifu (somo #7). Tutaona kwamba Baba, Mwana (Yesu Kristo), na Roho Mtakatifu wote wanadai kuwa Mungu, na zaidi ya hayo, kila mmoja ni nafsi tofauti.

C. Habari za jumla kumhusu Mungu

Habari hii haijatajwa katika somo; hata hivyo, unaweza kuitumia kujalizia somo hili:

- ► Baba yupo mbinguni—Mathayo 6:9; 16:17
- ► Kristo yupo mbinguni kwenye mkono wa kuume wa Baba—Waebrania 10:12
- ► Roho Mtakatifu anahudumu ndani ya waumini—Warumi 8:11; 1 Wakorintho 3:16; Yohana 14:26
- ► Mungu ni Roho asiyeonekana—Yohana 4:24; Wakolosai 1:15
- ► Utukufu wa Mungu unaweza kuonekana—Kutoka 24:16–17 .

3. Kumjua Mungu (sehemu II na III)

A. Je, tunaweza kumjua Mungu?

Liullize darasa, *Je, tunaweza kumjua Mungu?*

Jibu: Mwombe mtu asome jibu lake katika II, B (Yeremia 9:24).

Tumia jibu hili kuingia katika majadiliano yafuatayo kuhusu kina cha Mungu:

- ► Mungu hawezi kueleweka kikamilifu —Warumi 11:33–34

- ► Mungu hana mipaka—Ayubu 11:7

- ► Mungu anaweza tu kutambulika kiungu:

    - ► Kupitia Roho Mtakatifu— 1 Wakorintho 2:9–16

    - ► Kupitia Kristo—Mathayo 11:27

Sasa rudi kwenye somo na umwombe mtu mmoja asome Yohana 14:9–10 (III, A), na atoe jibu aliloandika. *Kisha uulize: Kwa nini kumjua Kristo ni sawa na kumjua Mungu?* Jibu: Kwa sababu Kristo ni Mungu. Kama Wakolosai inavyosema, Maana katika yeye unakaa utimilifu wote wa Uungu, kwa jinsi ya kimwili." Hakiki III, B na III, C na ujadili ukweli huu.

Taja kwa darasa kwamba uungu wa Kristo utaangaliwa kwa kina zaidi tutakapojifunza nafsi ya Kristo katika somo la #4.

Kisha uliza, *Tofauti ni ipi baina ya kumjua Mungu na kujua kumhusu Mungu?*

Hoja: Mungu anataka tumjue. Mungu anataka tumtafute Yeye. Na ndiyo maana tunachukua muda kujifunza Neno lake lake—ili tumjue Yeye vizuri zaidi.

B. Kumjua Mungu kiutendaji

▶ Weka akili yako na matamanio yako kwa kumtafuta Mungu—Zaburi 27:8

▶ Jaza akili yako kwa Neno lake na ulitii—Yohana 14:21

▶ Jifunze kumcha Mungu; huu ndio mwanzo wa hekima—Mithali 9:10

Jadili Kumcha Mungu kunapaswa kujumuisha vipengele vya utendaji kama vile utii kwa amri za Mungu, kuanguka mbele za Mungu kwa unyenyekevu wote, na kuomba. Uliza, Kumcha Mungu kunazuiaje kumjua Mungu kuwa uhusiano wa kawaida?

Mpito: Kumjua Mungu kunahusisha pia kujua sifa za Mungu au hulka yake. Hili ndilo tutakalokuwa tukijadili katika sehemu ya mwisho ya somo hili.

Tendo baya zaidi lililowahi kufanywa katika ulimwengu wote ni kukosa kumpa Mungu heshima, au utukufu. Zaidi ya yote mengine, Mungu anapaswa kutukuzwa.

Kumtukuza Mungu ni kumwinua, kumtambua Yeye kuwa anastahili kabisa heshima, na kuzikiri sifa zake za kiungu. **Kwa kuwa utukufu wa Mungu pia ni jumla ya sifa zote za nafsi yake,** kati ya yote ambayo ameyafunua kujihusu Yeye mwenyewe kwa mwanadamu, kumpa Mungu utukufu ni kukiri utukufu wake na kuutukuza.[1] —John MacArthur

---

[1] Nukuu kutoka The MacArthur New Testament Commentary series: Romans 11–8 (Moody), © 1999 iliyoandikwa na John MacArthur

4. Sifa za Mungu (sehemu IV)

A. Sifa za Uungu

Jadili njia maalum ambayo sifa za Mungu ni tofauti na zetu. Kwa mfano, baadhi ya sifa za Mungu ambazo hatuwezi kuwa nazo, kama vile:

- ► Umilele—Bila mwanzo wala mwisho
- ► Uweza Yote—Mungu ni mwenye uweza wote
- ► Ukuu—Mungu ndiye kiongozi au aliye juu zaidi; mkuu
- ► Ujuzi wa yote—Mungu ni mjuzi wa yote
- ► Uwepo kote —Mungu yupo kila mahali

Hata hivyo, baadhi ya sifa za Mungu tunaweza kuwa nazo, lakini si kwa ule ukamilifu ambao Mungu huzimiliki, kama vile:

- ► Utakatifu
- ► Uadilifu na haki
- ► Upendo

B. Upatanifu wa sifa za Mungu

Pia zingatia kwamba sifa zote za Mungu hufanya kazi pamoja kwa upatanifu mkamilifu. Kwa mfano, Mungu ni upendo na bado Mungu pia ni mwenye haki. Liulize darasa, *Je! Upendo wa Mungu na haki ya Mungu vinapatana vipi pamoja?*

Jibu:

- ► Mungu ni upendo na hataki mtu yeyote aangamie; kwa hiyo alimtoa Mwanawe afe badala yetu.
- ► Mungu ni mwenye haki na atamhukumu mwanadamu kwa dhambi yake na kwa kumkataa Kristo.

Maswali ya balagha: *Je, jamii yetu ingekuwa yenye haki ikiwa hatungemwadhibu muuaji?* na *Je, Mungu angekuwa mwadilifu asingewaadhibu wenye dhambi?*

Hoja: Lazima kuwe na upatanifu kati ya sifa za Mungu.

Mpito: *Hebu tuziangalie baadhi ya sifa za Mungu, na tunapofanya hivyo, hebu tuzingatie jinsi sifa hizo zinavyotekelezwa. katika maisha yetu. Kwanza, tuutazame utakatifu wa Mungu.*

C. Kuzitazama baadhi ya sifa za Mungu

Ukizihakiki sifa zifuatazo za Mungu:

1. Kwa kila andiko lililoorodheshwa katika somo kwa ajili ya sifa iliyotolewa, mwambie mmoja wa wanafunzi asome kile alichoandika kama sehemu kuu ya mstari huo kilichoielezea vyema sifa hiyo.

2. Kisha toa ufafanuzi mfupi wa sifa hiyo.

3. Sisitiza na ujadili utekelezaji wa sifa hiyo katika maisha yetu. Huu utageuka kuwa wakati wa kumtukuza na kumwabudu Mungu.

Zingatia kwa kila moja ya sifa zilizo hapa chini:

► Mistari ya kujalizia ile iliyopo katika somo itajumuishwa, ya kutumika jinsi upendavyo.

► Majibu ya utekelezaji yatatolewa—ili kusaidia katika kuanzisha majadiliano ya darasa (unataka wanafunzi watoe majibu yao ya utekelezaji. Tumia tu yaliyo hapa chini ili kujalizia majadiliano).

1. Utakatifu wa Mungu

Mungu ni safi na mkamilifu kabisa. Inapaswa kuzingatiwa kwamba utakatifu ndio sifa inayorudiwa mara nyingi zaidi katika Maandiko.

Mistari ya kujalizia:

- Ufunuo 4:8—Mtakatifu, Mtakatifu, Mtakatifu—msisitizo (Utatu?)
- Zaburi 89:35—Mungu anaapa kwa utakatifu Wake

Maswali ya utekelezaji:

► Unapotafakari juu ya utakatifu wa Mungu, itikio lako ni lipi?

► Je, utakatifu wa Mungu unakuathiri vipi kiutendaji?

► Utakatifu wa Mungu unaathirije ibada yako kwa Mungu?

Majibu ya utekelezaji:

► Hofu juu ya dhambi yangu

► Kutostahili

► Uhitaji wa Mwokozi

► Hunifanya nimsifu Mungu kwa utakatifu wake mkuu

2. Uadilifu na Haki ya Mungu

Hakiki tofauti baina ya uadilifu na haki.
Uadilifu unamaanisha kwamba Mungu hufanya tu yale yaliyo sawa; Hafanyi kosa.
Haki ni Mungu kuvifanya viwango vyake vya uadilifu kuwa sheria.

Mistari ya kujalizia:

► Hesabu 20:7–12—Musa kutoruhusiwa kuingia katika Nchi ya Ahadi kwa sababu hakumtii Mungu

► Mathayo 5:48—Kiwango cha Mungu kwa mwanadamu ni ukamilifu

► Waebrania 9:27—Wasioamini watahukumiwa

► 2 Wakorintho 5:21—Waumini wanayo haki ya Kristo ya kuhesabiwa

Maswali ya utekelezaji:

► Je, uadilifu wa Mungu unakuathirije wewe binafsi?

► Je, uadilifu wa Mungu unaathirije maisha yako ya maombi?

Majibu ya utekelezaji:

- ► Inatuongoza kwenye hitaji la Mwokozi
- ► Sheria ya Mungu lazima iwe kiwango cha maisha yangu
- ► Hukumu ya Mungu kwa wasioamini inapaswa kunifanya nishuhudie
- ► Hunifanya niwe na shukrani kwa ajili ya haki niliyo nayo katika Kristo
- ► Hunisukuma kupiga magoti, kwa unyenyekevu, nikiomba msamaha kwa ajili ya dhambi yangu

3. Ukuu wa Mungu

Mungu hayuko chini ya yeyote; Anafanya apendavyo.

Mistari ya kujalizia:

- ► Warumi 8:28—Mambo yote hufanya kazi kwa pamoja . . . kulingana na kusudi lake.

Maswali ya utekelezaji:

- ► Ukuu wa Mungu unakuathirije?
- ► Ukuu wa Mungu unaathirije ibada yako kwa Mungu?

Majibu ya utekelezaji:v

- ► Hakuna kitu kilicho nje ya udhibiti wa Mungu.
- ► Mungu ndiye anayedhibiti maisha yangu, yakiwemo majaribu yangu.
- ► Napaswa kuacha kufanya wasiwasi.
- ► Usalama—hakuna chochote kinachoweza kututenganisha na Kristo.
- ► Ninaweza kumsifu Mungu kwa uweza wake.

4. Umilele wa Mungu

Mungu hana mwanzo wala mwisho.

Mistari ya kujalizia:

- ► Yohana 3:16—Mungu hutoa uzima wa milele.

Maswali ya utekelezaji:

- ► Je, umilele wa Mungu una umuhimu gani kwa wokovu wetu?
- ► Je, una matokeo gani kwa asiyeamini?

Majibu ya utekelezaji:

- ► Wokovu wetu wa milele una maana.

- ► Tumaini letu la uzima wa milele lipo katika umilele wa Mungu.

- ► Sifa: Tutakuwa milele katika uwepo wa Mungu.

- ► Kwa asiyeamini—atatengwa milele na Mungu katika jehanamu.

5. Kutobadilika kwa Mungu

Mungu kamwe habadilishi asili au kusudi lake.

Mistari ya kujalizia:

- ► Yakobo 1:17—Mungu hana kugeukageuka.

Maswali ya utekelezaji:

- ► Kutobadilika kwa Mungu kuna utekelezajii gani juu ya wokovu wetu?

- ► Je, kuna athari gani kwa asiyeamini?

Majibu ya utekelezaji:

- ► Mungu hatabadili mawazo Yake kuhusu wokovu wangu.

- ► Mungu hatabadili nia yake kuhusu hukumu ya dhambi.

6. Ujuzi wa Yote wa Mungu

Mungu ni Mjuzi wa yote.

Mistari ya kujalizia:

- ► Zaburi 147:5—Mungu ana ufahamu usio na kikomo.

- ► Warumi 11:33–34—Mungu anao ujuzi wote.

- ► Mathayo 12:25; Isaya 66:18—Mungu anayajua mawazo ya mwanadamu.

Maswali ya utekelezaji:

- ► Je, ujuzi wa yote wa Mungu unaathirije mtazamo wako wa dhambi yako?

- ► Ujuzi wa yote wa Mungu unahusianaje na haki kamilifu ya Mungu?

- ► Na je, kuhusu utunzaji wa Mungu kwetu?

Majibu ya utekelezaji:

- Mungu anajua dhambi zangu zote—siwezi kujificha mbali na Mungu.

- Mungu anajua maisha yangu ya kimawazo.

- Hatuwezi kamwe kutenda dhambi na tusijulikane.

- Anaweza kuwa hakimu mkamilifu, kwa kuwa anajua ukweli wote kikamilifu.

- Mungu anajua kilicho bora kwetu.

- Mungu anatujua vizuri zaidi kuliko tunavyojijua wenyewe—Yeye anazijua siku zetu za usoni.

- Mungu ananipenda ingawa anajua dhambi zote nitakazowahi kutenda.

7. Kuwepo kila mahali kwa Mungu.

Mungu yupo kila mahali

Mistari ya kujalizia:

> ► Yeremia 23:23–24—Mungu yu karibu.

Maswali ya utekelezaji:

- ► Je, inamaanisha nini kwamba Mungu yupo karibu?

- ► Kuwepo kwa Mungu kila mahali kunakuathirije?

- ► Je, kuwepo kwa Mungu kila mahali huathiri vipi maisha yako ya maombi?

- ► Na je, kuhusu kukaa ndani yetu kwa Roho Mtakatifu?

Majibu ya utekelezaji:

- ► Hatuwezi kujificha kutoka kwa Mungu.

- ► Tunaweza kuwa katika uwepo wa Mungu kila wakati.

- ► Tunapoomba, Mungu yupo karibu.

- ► Uwepo wa Roho Mtakatifu upo katika kila muumini—ulimwenguni kote.

8. Uweza yote wa Mungu

Mungu ni muweza yote.

Unapaswa kuhakiki mistari ya ziada iliyoorodheshwa katika somo:

- ► Mwanzo 1:1, 27—Mungu Muumba

- ► Waebrania 1:3—Mungu huvihimili vitu vyote

- ► Zaburi 37:23–24—Mungu anayadhibiti maisha yetu

- ► Isaya 41:10—Mungu atatuhimili

Maswali ya utekelezaji:

- ▶ Unaposimama na kutafakari juu ya uweza wa Mungu, itikio lako ni lipi?
- ▶ Na je, kuhusu matatizo yako?
- ▶ Na je, kuhusu mahitaji yako?
- ▶ Na je, kuhusu maisha yako ya maombi?
- ▶ Na je, kuhusu wokovu wako?

Majibu ya utekelezaji:

- ▶ Mungu anao uweza wa kutimiza ahadi zote alizotoa.
- ▶ Hakuna tatizo kubwa la kumshinda Mungu.
- ▶ Mungu ana uweza wa kuyakidhi mahitaji yetu yote.
- ▶ Wokovu wetu uko salama katika uweza wake.

9. Upendo wa Mungu

Kutokana na mstari wa somo, Warumi 5:8, *Uliza, Mungu anaonyeshaje upendo wake?*

Mistari ya kujalizia:

- ▶ 1 Wakorintho 13:4–6—Upendo una subira, fadhili, n.k.
- ▶ Waefeso 2:4–5—Upendo mkuu wa Mungu ulionyeshwa katika rehema yake
- ▶ 1 Yohana 4:19 "Sisi twapenda, kwa sababu Yeye alitupenda sisi kwanza."

Maswali ya utekelezaji:

- ▶ Upendo wa Mungu unakuathirije?
- ▶ Je, unapaswa kuwa na itikio gani kwa upendo wa Mungu?
- ▶ Je, hili linapaswa kuathiri vipi maisha yako ya maombi?

Majibu ya utekelezaji:

- ▶ Jibu letu linapaswa kuwa kumpenda Mungu . . . kupitia utii wetu kwake.
- ▶ Tunapaswa kushukuru kwa ajili ya rehema zake
- ▶ Tunapaswa kuwapenda wengine, kama vile Mungu anavyotupenda, kwa matendo mema.

10. Ukweli wa Mungu

Mungu ni ukweli kamili, na ukweli wake ni imara.

Mistari ya kujalizia:

- ► Yohana 14:6—Yesu Kristo ni ukweli.

- ► Yohana 16:13—Roho wa ukweli atawaongoza hadi kwenye ukweli wote.

- ► 2 Timotheo 2:15—Neno la Mungu (Maandiko) ni ukweli.

- ► Warumi 1:18–22—Watu wasio waadilifu huukandamiza ukweli.

- ► Yohana 8:32—Ukweli wa Mungu unaweza kumfanya mtu awe huru kutokana na dhambi.

Maswali ya utekelezaji:

- ► Je itikio lako kwa ukweli wa Mungu linapaswa kuwa gani?

- ► Ukweli wa Mungu unaathirije maisha yako?

- ► Unalionaje Neno la Mungu na ukweli uliyo ndani yake?

Majibu ya utekelezaji:

- ► Neno la Mungu ni kweli kwa hivyo ninapaswa kuwa nikijifunza hilo.

- ► Ukweli wa Mungu unapaswa kuwa msingi wa maisha yangu.

- ► Neno la Mungu linahitaji kuenea kote maishani mwangu.

- ► Lazima nishiriki ukweli wa injili na wengine.

- ► Ukweli wa Mungu una nguvu na unaweza kuokoa.

11. Rehema ya Mungu

Rehema ni huruma ya Mungu au uvumilivu wake juu ya wale ambao wameyapinga mapenzi yake.

Mistari ya kujalizia:

- ► Waefeso 2:4–5—Mungu kwa kuwa ni mwingi wa rehema, alituokoa kwa sababu ya upendo wake mkuu.

- ► 1 Petro 1:3—Rehema ya Mungu ni kuu na imetufanya tuzaliwe mara ya pili.

- ► Warumi 3:25—Kwa sababu ya uvumilivu wa Mungu, aliziachilia dhambi zetu.

- ► Waefeso 4:2—Tunahimizwa kuonyesha ustahimilivu kwa wengine.

Maswali ya utekelezaji:

- ► Je, rehema ya Mungu inaathirije maisha yako?

- ► Kwa nini rehema ya Mungu inaitwa rehema kuu ” katika 1 Petro 1:3?

- ► Je, itikio lako ni lipi unapoifikiria rehema ya Mungu?

Majibu ya utekelezaji:

- ► Mimi ni mwenye dhambi na nimeukiuka utakatifu wa Mungu. Nahitaji rehema za Mungu.

- ► Nashukuru sana kwamba Mungu alinirehemu na kuniokoa.

- ► Nashukuru sana kwamba Mungu anaendelea kunirehemu kwani kila siku napungukiwa na utakatifu wake.

- ► Sistahili rehema za Mungu.

- ► Kwa sababu Mungu alinionea huruma, ninapaswa kuwahurumia wengine.

5. Utekelezaji (sehemu ya V)

A. Hitimisho ni

- ► Mche Mungu—Mithali 9:10; Ufunuo 15:4 (kumcha Mungu ni kumheshimu na kumwabudu)

- ► Tamani kumjua Mungu— Zaburi 27:8

- ► Mtazame Mungu— 1 Petro 2:9

Chukua muda kuzungumzia majibu ya wanafunzi kwa maswali ya utekelezaji katika sehemu ya mwisho. Haya ni masuala ya kupambana na uhalisia ambayo tunaweza kufaidika kwa kuyatafakari kabla ya wakati, badala ya kusubiri hadi yatokee na kujaribu kutafuta jinsi tunavyopaswa kujibu.

B. Himizo la Mwisho

Wahimize wanafunzi wako kutafakari juu ya sifa za Mungu wanapoomba. Kumsifu Mungu kwa kuzikariri sifa zake huweka msingi sahihi wa maombi unaomsukuma mtu kuungama na kunyenyekea.

Funga kwa muda wa maombi unaozingatia kuzisifu sifa za Mungu.

Jitayarishe kwa Zoezi Lako

1. Pakua ujumbe #4, "Kristo Juu ya Yote." Kutoka www.gty.org/fof.

2. Tumia daftari lako kuandikia kumbukumbu za ujumbe.

3. Yafanyie kazi maswali na mazoezi kwenye kurasa zifuatazo.

- - -

Hifadhi akilini Yohana 1:1, 14

Hapo mwanzo alikuwako Neno, huyo Neno alikuwa pamoja na Mungu, naye Neno alikuwa Mungu... Neno alifanyika mwili, akakaa miongoni mwetu, nasi tukauona utukufu wake, utukufu kama wa Mwana pekee atokaye kwa Baba, amejaa neema na kweli.

- - -

Yesu Kristo ndiye mhusika mkuu wa historia yote ya wanadamu. Hakujawahi kuwa na yeyote kama Yeye. Alionekana kuwa mwalimu mkuu, kiongozi wa kidini, nabii, Mwana wa Mungu, hata Mungu Mwenyewe. Madai aliyotoa, pamoja na yale ambayo wengine wameyatoa juu Yake, yamemsukuma yeye kuingia katikati ya mabishano yasiyoisha katika historia yote.

Pontio Pilato alitoa swali kikamilifu alipouliza, "Basi nifanye nini na huyu Yesu aitwaye Kristo?"(Mathayo 27:22). Kabla ya kulijibu swali hilo, ni lazima kwanza uelewe Yesu ni nani. Somo hili litamtambulisha kwako.

I. MUNGU ALIYEFANYIKA MWANADAMU

Yesu Kristo alikuja ulimwenguni katika mwili wa mwanadamu. Kwa hiari yake aliweka kando matumizi huru ya sifa zake takatifu na kuchukua umbo la mwanadamu. Alikuwa mwanadamu kamili, mwanadamu kwa kila njia, isipokuwa kwamba hakuwa na dhambi. Hii hurejelewa kama "kufanyika mwili".

A. Je, Wafilipi 2:6 inasema nini kumhusu Yesu kabla hajafanyika mwanadamu?

"Yeye, ingawa alikuwa na asili ya Mungu hasa, hakuona kule kuwa sawa na Mungu kuwa kitu cha kushikilia."

B. Kulingana na Wafilipi 2:7, Yesu alifanya nini?

"bali alijifanya si kitu,akachukua hali hasa na mtumwa,naye akazaliwa katika umbo la mwanadamu.

C. Yesu alikuwa mwanadamu kamili

1. Eleza ukuaji na maendeleo ya kibinadamu ya Yesu alipokuwa kijana (Luka 2:40, 52).

Akakua na akawa mwenye nguvu: aliongezeka katika hekima.

2. Jibu la Yesu lilikuwa nini alipokuwa amechoka (Marko 4:38)? _Alilala._

3. Je, jibu la Yesu lilikuwa lipi kwa ukosefu wa chakula (Luka 4:2)? _Alikuwa na njaa._

4. Yesu alijisikiaje baada ya safari (Yohana 4:6)? _Alikuwa amechoka._

5. Yesu alitendaje alipohuzunishwa (Yohana 11:35)? _Yesu alilia._

6. Yesu alisema nini kumhusu yeye mwenyewe (Luka 24:39)? _"Tazameni mikono yangu na miguu yangu, mwone kuwa ni mimi hasa. Niguseni mwone; kwa maana mzuka hauna nyama na mifupa, kama mnionavyo kuwa navyo."_

II. MTU AMBAYE NI MUNGU

Ingawa Yesu alichukua umbo la mwanadamu, bado alikuwa Mungu kamili. Fikiria alama zifuatazo za uungu zinazohusishwa na Kristo.

A. Sifa

<table>
<tr><td colspan="2" align="center">Tazama mistari ifuatayo, inayoelezea sifa mbalimbali za Kristo.</td></tr>
<tr><td>Mkuu</td><td>Mathayo 28:18</td></tr>
<tr><td>Wa Milele</td><td>1 Yohana 1:1–2</td></tr>
<tr><td>Asiyebadilika (habadiliki)</td><td>Waebrania 13:8</td></tr>
<tr><td>Ajuaye yote (mjuzi wa yote)</td><td>Wakolosai 2:2b–3</td></tr>
<tr><td>Mkamilifu au asiye na dhambi</td><td>2 Wakorintho 5:21</td></tr>
<tr><td>Mtakatifu</td><td>Matendo 3:14–15</td></tr>
<tr><td>Ukweli</td><td>Yohana 14:6</td></tr>
</table>

Kristo alionyesha uwezo wake (uweza yote) katika huduma yake hapa duniani kwa njia zifuatazo:

1. Mathayo 8:23–27: uweza juu ya _uumbaji kwa kutuliza dhoruba_

2. Luka 4:40: uweza juu ya _ugonjwa na maradhi_

3. Luka 4:33–36: uweza juu ya _pepo_

4. Yohana 11:43–44: uweza juu ya _kifo_

Ni mamlaka gani ya ziada ambayo Yesu alidai na kutumia (Marko 2:3–12)?

(Dokezo: tazama mstari 10.)

(mst 10); Kristo ana mamlaka duniani ya kusamehe dhambi.

Kulingana na Marko 2:7, ni nani peke yake anayeweza kusamehe dhambi? _Mungu pekee ndiye anayesamehe dhambi._

Kwa kuwa Yesu alikuwa na mamlaka ya kusamehe dhambi, na ni Mungu pekee anayeweza

kusamehe dhambi, Yesu Kristo ni nani? _Yeye ni Mungu_

B. Vyeo vya Uungu

1. Mathayo 1:23 _______Imanueli_______ ("Mungu pamoja nasi nasi")

2. Wafilipi 2:10–11 _______Bwana_______ (mkuu)

3. Yohana 8:58___Mimi Ndimi___ (cheo kilichotengwa kwa ajili ya Mungu; Kutoka 3:14)

C. Kauli za Uungu
Andika kauli kuu.

1. Wakolosai 2:9 _Maana ukamilifu wote wa Uungu umo ndani ya Kristo katika umbile la mwili wa_

   kibinadamu

2. Waebrania 1:1-3a _Mwana ni mng'ao wa utukufu wa Mungu na mfano halisi wa nafsi yake._

   ____

   ____

3. Yohana 1:1, 14: Yesu Kristo ("Neno") ni _______Mungu._______

4. Tito 2:13 _"Mungu wetu Mkuu, aliye Mwokozi wetu Yesu Kristo"_

   ____

III. KRISTO ALIYE MWOKOZI

Kulingana na Yohana 3:17, Yesu ndiye Mwokozi wa ulimwengu. Orodhesha vyeo vifuatavyo vinavyoeleza neema ya Mungu ya kuokoa.

1. Yohana 1:29 _Mwanakondoo wa Mungu_

2. Yohana 6:35 _Mkate wa Uzima_

3. Yohana 14:6 _Njia, ukweli na uzima_

Yesu si mtu wa zamani tu. Yeye ndiye Mfalme wa wafalme na Bwana wa mabwana aliyekusudiwa (1 Timotheo 6:14) ambaye siku moja atatawala juu ya dunia yote.

A. Kulingana na Danieli 7:14, ni mambo gani matatu ambayo Kristo amepewa?

1. utawala

2. utukufu

3. ufalme

B. Yesu aliwaambia nini wafuasi wake katika Mathayo 25:31–32?

"Mwana wa Adamu atakapokuja katika utukufu wake na malaika wote watakatifu pamoja naye, ndipo atakapoketi juu ya kiti cha enzi cha utukufu wake. Mataifa yote watakusanyika mbele zake, naye atawatenga kama mchungaji anavyotenga kondoo na mbuzi."

C. Kristo alipopaa mbinguni siku 40 baada ya ufufuo, mitume waliambiwa nini (Matendo 1:11)?

Wakasema pia, "Enyi watu wa Galilaya, mbona mmesimama mkitazama mbinguni? Huyu Yesu aliyechukuliwa kutoka kwenu kwenda juu mbinguni, atakuja jinsi iyo hiyo mlivyomwona akienda zake mbinguni.'

D. Eleza kurudi kwa Yesu Kristo (2 Wathesalonike 1:7b–10).

Wakati Bwana Yesu atakapodhihirishwa kutoka mbinguni katika mwali wa moto pamoja na malaika wake wenye nguvu. Atawaadhibu wale wasiomjua Mungu na ambao hawakuitii Injili ya Bwana wetu Yesu. Wataadhibiwa kwa uangamivu wa milele na kutengwa na uso wa Bwana na utukufu wa uweza wake, siku hiyo atakapokuja kutukuzwa katika watakatifu wake na kustaajabiwa miongoni mwa wote walioamini. Ninyi pia mtakuwa miongoni mwa hawa kwa sababu mliamini ushuhuda wetu kwenu.

Kristo ni:

1. Mungu

2. Mwokozi

3. Mfalme/Mtawala

A. Kwa kuzingatia haya, unawezaje kujitayarisha vyema kwa ajili ya ujio wake wa pili (2 Petro 3:14)?

"Kwa sababu hii, wapenzi, kwa kuwa mnatazamia mambo haya, fanyeni bidii ili awakute katika amani, bila mawaa wala dosari."

(mstari umenukuliwa kumrahisishia mwalimu kazi. Majibu yatatofautiana)

B. Unaweza kufanya nini wiki hii ili kumkiri Yeye ni nani (Ufunuo 5:11-14)?

"Kisha nikatazama, nikasikia sauti za malaika wengi wakiwa wamekizunguka kile kiti cha enzi, pamoja na wale viumbe wenye uhai wanne na wale wazee ishirini na wanne. Idadi yao ilikuwa kumi elfu mara kumi elfu na maelfu ya maelfu. Nao waliimba kwa sauti kuu, wakisema: Anastahili Mwana-Kondoo, yeye aliyechinjwa,kupokea uweza na utajiri na hekima na nguvuna heshima na utukufu na sifa!" Kisha nikasikia kila kiumbe mbinguni na duniani, chini ya nchi na baharini na vyote vilivyomo ndani yake vikiimba: Sifa na heshima na utukufu na uweza ni vyake yeye aketiye juu ya hicho kiti cha enzina kwa Mwana-Kondoo,milele na milele!" Wale viumbe wenye uhai wanne wakasema, Amen!" Nao wale wazee ishirini na wanne wakaanguka kifudifudi wakaabudu"

(mstari umenukuliwa kumrahisishia mwalimu kazi. Majibu yatatofautiana)

Somo 4

NAFSI YA YESU KRISTO

MALENGO YA SOMO LA 4

1. Kuwasilisha nafsi ya Kristo:

   ▸ Kama Mungu

   ▸ Kama mwanadamu

   ▸ Kama Bwana na Mwokozi

MPANGILIO WA DARASA LA SOMO LA 4

1. Jadili kule kufanyika mwili na ubinadamu wa Yesu.

2. Jadili uungu wa kweli wa Yesu.

3. Jadili dhima ya Yesu kama Mwokozi na Mfalme.

MASWALI YA KAWAIDA KWA SOMO LA 4

Yesu anawezaje kuwa mwanadamu kwa asilimia 100 na kuwa Mungu kwa asilimia 100 kwa wakati ule ule?

Yesu anawezaje kuwa Mwana wa Mungu na bado sawa na Mungu?

MPANGILIO WA KUFUNDISHA UNAOPENDEKEZWA KWA SOMO LA 4

1. Kupasha misuli moto

Kikundi chako sasa kinapaswa kuwa kinavuta kasi na kuwa na ari ya kuingia kwenye kiini cha masomo. Wapongeze kwa juhudi zao. Endelea kuihakiki mistari ya kuhifadhiwa akilini kwa ajili ya masomo, ukiwaomba watu kuwazia umaizi ambao wameupata katika mistari hii walipokuwa wakilitafakari Neno la Mungu.

2. Utangulizi

Wakijadili nafsi ya Yesu Kristo, watu kwa kawaida hawana shida kumkubali Kristo kama mwanadamu. Hata hivyo, suala wanalong'ang'ana nalo ni Kristo kuwa sawa na Mungu, na kwa kweli kuwa yeye ni Mungu. Kwa hiyo, ni muhimu katika somo hili kueleza kile kilichojiri katika kufanyika mwili. Unahitaji kueleza kile kilichotojiri wakati wa *kenosisi* (Wafilipi 2:6–8), na kisha kufafanua uungu wa dhati wa Kristo.

Hata hivyo, kabla ya kuanzisha majadiliano juu ya uungu wa Kristo, kama utangulizi inasaidia kuangalia vyeo na zile MIMI NDIMI za Kristo. Vile vyeo na MIMI NDIMI za Kristo zina nguvu sana na zinaandaa jukwaa la majadiliano juu ya uungu Wake wa dhati.

A. Majina na vyeo vya Kristo

Cheo Bwana Yesu Kristo:

► **Bwana**—cheo cha heshima; tumetiishwa kwake (1 Wakorintho 7:23; 1 Petro 1:18–19; Warumi 6:22)

► **Yesu**—Neno la Kiyunani Yoshua, likimaanisha mwokozi (Mathayo 1:21); Mwokozi—Kristo alikuwa Mwanakondoo wa Mungu (Yohana 1:29; Isaya 53:7)

► **Kristo**—linamaanisha "Mtiwa mafuta"; Masihi (Yohana 1:41); cheo rasmi cha Mwokozi wetu

Orodha ya majina, na vyeo vya Kristo inaweza kupatikana katika Nave's Topical Bible, chini ya "Yesu, Kristo; Majina na Vyeo."

B. MIMI NDIMI za Kristo

► MIMI NDIMI mpole na mnyenyekevu wa moyo—Mathayo 11:29

► MIMI NDIMI Mwana wa Mungu—Mathayo 27:43

► MIMI NDIMI niliye pamoja nanyi siku zote—Mathayo 28:20

► MIMI NDIMI mkate wa uzima. —Yohana 6:35

► MIMI NDIMI nuru ya ulimwengu—Yohana 8:12

► MIMI [NDIMI] sio wa ulimwengu huu—Yohana 8:23

► MIMI NDIMI mlango—Yohana 10:9

► MIMI NDIMI mchungaji mwema—Yohana 10; 11

► MIMI NDIMI ufufuo na uzima—Yohana 11:25

► MIMI NDIMI njia, na kweli, na uzima—Yohana 14:6

► MIMI NDIMI mzabibu—Yohana 15:5

► MIMI NDIMI mfalme—Yohana 18:10; 37

► MIMI NDIMI Alfa na Omega/Mweza-Yote— Ufunuo 1:8; 21:6

► MIMI NDIMI wa Kwanza na wa Mwisho, aliye hai, aishiye milele—Ufunuo 1:17–18

► MIMI NDIMI achunguzaye akili na mioyo—Ufunuo 2:23

► MIMI NDIMI Naja upesi—Ufunuo 3:11

► MIMI NDIMI mzizi na mzao wa Daudi, ile nyota ing'aayo ya asubuhi—Ufunuo 22:16

► MIMI NDIMI—Yohana 8:58

3. Mungu aliyefanyika mwanadamu (sehemu ya I)

Kama ilivyotajwa hapo juu, suala la Kristo kuwa mwanadamu, "mwili na mifupa," kama Luka 24:39 inavyosema, kwa kawaida hukubaliwa. Hata hivyo, ni muhimu kwa mwanafunzi kujifunza kwamba kuwepo kwa Kristo hakukuanzia wakati wa kuzaliwa kwake kibinadamu. Badala yake, Kristo alikuwepo katika asili ya Mungu kabla ya kufanyika mwili kwake, na wakati wa kuzaliwa kwake alijichukulia ubinadamu, akawa Mungu asilimia 100 na mwanadamu asilimia 100.

A. Kufanyika Mwili

Anza kwa kumwomba mwanafunzi asome Wafilipi 2:6–7 na kutoa majibu ya somo #4, maswali I, A na I, B.

Kisha anzisha majadiliano kuhusu kufanyika mwili.

Hoja muhimu za kujadili wakati wa majadiliano juu ya kufanyika mwili:

- **Kristo hakuacha kuwa Mungu—Wakolosai 2:9 (hili pia litapanuliwa utakaposhughulikia sehemu II ya somo)**

- **Kristo alijichukulia ubinadamu kwa uungu wake. Utukufu wake ulitiwa utaji katika mwili; kugeuka sura kulikuwa onyesho la Kristo kwa muda mfupi, kuufunua utukufu wake—Mathayo 17:1–8.**

- **Kristo kwa hiari yake aliweka kando, au alijimimina Mwenyewe yale matumizi huru ya baadhi ya sifa zake za kiungu (Wafilipi 2:7).**
  - Aliweka kando utukufu wake—Yohana 17:5
  - Aliweka kando mamlaka yake huru—Wafilipi 2:7
  - Aliweka kando onyesho la wazi la sifa zake za kiungu—Mathayo 24:36
  - Aliweka kando utajiri wake wa milele—2 Wakorintho 8:9
  - Aliweka kando uhusiano wake wa uso kwa uso na Baba—Mathayo 27:46

Muhimu: Kama matokeo ya kujimimina kwake mwenyewe au kujinyenyekeza, Kristo alichukua namna ya mtumwa. Hii inafafanua vifungu ambavyo watu huwa na matatizo navyo vinavyoashiria kwamba Kristo sio Mungu, kama vile:

  - "Mimi siwezi kufanya jambo lolote peke yangu. sitafuti kufanya mapenzi yangu mwenyewe, bali mapenzi yake yeye aliyenituma." (Yohana 5:30)
  - "kwani Baba ni mkuu kuniliko mimi" (Yohana 14:28).

- **Kristo sharti angekuwa mwanadamu, ili afe kwa niaba ya mwanadamu (Mathayo 20:28).**

- **Kristo sharti angekuwa Mungu, ili awe dhabihu kamilifu. Kutokuwa na dhambi kwa Kristo hakuwezi kuelezewa mbali na uungu wake (Warumi 3:23; 1 Wakorintho 15:45–48).**

B. Ubinadamu wa Kristo

Kwa ufupi eleza ubinadamu wa Kristo kwa kuwaomba wanafunzi wasome majibu yao kwa somo #4, sehemu ya I, C. Usitumie muda mwingi hapa; haya ni ya wazi. Unataka kusonga mbele kuufikia uungu wa Kristo.

4. Mwanadamu ambaye ni Mungu (sehemu ya II)

Hiki ndicho kiini cha somo, kuonyesha wazi uungu wa Yesu Kristo. Anza kwa kuhakiki sehemu za II, A, B, na C katika somo:

A. Uungu wa Kristo ukidhihirishwa katika sifa zake

- Pitia jedwali la sifa za Kristo, katika sehemu ya II, A. Zingatia: Usipoipitia mistari hii, wanafunzi kwa uwezekano mkubwa watairuka.

- Zungumza kuhusu sifa ya Kristo ya uweza yote.

◦ Waambie wanafunzi wasome majibu yao kwa II, A, 1–4 na kuzungumza kuhusu uweza wa Kristo.

◦ Hakiki kijisanduku mwishoni mwa II, A—zungumza kuhusu uweza wa Kristo wa kusamehe dhambi.

B. Uungu wa Kristo ukidhihirishwa kupitia vyeo vyake

► Hakiki vyeo vya Kristo, II, B (ambavyo tayari ulizungumzia katika utangulizi).

C. Kauli zinazotangaza uungu wa Kristo

Hakiki kauli za uungu wa Kristo, katika II, C. Vifungu vya ziada ili kujalizia somo:

► Ushuhuda wa Tomaso kwa uungu wa Kristo—Yohana 20:28–29

► Kristo kama pekee aliye Mkuu, Mfalme wa wafalme—Mt. 28:18; Ufu. 17:14; 19:16

► Kristo alidai kuwa Mungu—Yohana 10:31–33

Zingatia: Wayahudi hawakukosa kutambua madai ya Kristo kuwa Mungu. Wayahudi waliupata ujumbe na kuelewa hasa kile ambacho alichokuwa akisema Yesu. Na ndiyo maana wakaokota mawe ili wamuue, sawasawa na sheria yao (Mambo ya Walawi 24:16).

❖ *Yohana 10:33 inarekodi kwa uwazi ukweli kwamba Wayahudi waliupata ujumbe wakati Yesu alipotoa madai mengi. Watu husema, "Yesu hakuwahi kudai kuwa Mungu." Upuzi ulioje! Zingatia maneno yao kwa Yesu huku wakipanga kumuua, "Wayahudi wakamjibu, Kwa ajili ya kazi njema hatukupigi mawe, bali kwa kukufuru; na kwa kuwa wewe uliye mwanadamu, wajifanya mwenyewe kuwa Mungu" (Yohana 10:33). Waliupata ujumbe. Niamini, waliupata ujumbe. Walijua kabisa kile alichokuwa akidai; alikuwa amedai mamlaka ya kiungu juu ya malaika; alikuwa amedai mamlaka ya kiungu juu ya wanadamu; alidai, kwa hakika, mamlaka ya kiungu juu ya kila kitu aliposema, "Nimepewa mamlaka yote mbinguni na duniani" (Mathayo 28:18). Alidai mamlaka ya kiungu juu ya Sheria, juu ya Sabato, juu ya mapokeo ya wazee, kila sehemu yake. Alidai uweza wa kusamehe dhambi, uweza wa kujifufua kutoka kwa wafu, na alithibitisha hilo.*

- John MacArthur

5. Kristo ambaye ni Mwokozi (sehemu ya III)

Hakiki vyeo vya Kristo kama Mwokozi wa ulimwengu. Hakikisha kwamba darasa linatambua kuna tofauti kubwa kati ya kusema, "Yesu ndiye, Mwokozi," na kusema, "Yesu ni Mwokozi wangu."

Uliza, Kuna tofauti gani kati ya kukiri kwamba Yesu ni Mwokozi, na kwenda zaidi ya hapo na kudai kwamba Yesu ni Mwokozi wangu?

Uliza, Kulingana na mistari uliyosoma katika sehemu hii, inamaanisha nini kutumia cheo "Mwokozi" unapozungumza kumhusu Yesu?

6. Mfalme anayekuja kutawala (sehemu ya IV)

Usimwache kamwe Kristo msalabani. Hitimisha somo kwa kumwasilisha Kristo aliyefufuka na kuinuliwa ambaye atakuja tena kwa uweza.

A. Kuinuliwa kwa Kristo

Mwombe mmoja wa wanafunzi asome majibu yake kwa IV, A.

Mistari ya kujalizia somo kadiri unavyoona itafaa:

- ▶ Kuinuliwa sana—Wafilipi 2:9–10

- ▶ Kwenye mkono wa kuume wa Baba—Waebrania 1:3

Uliza, *Tunaposema kwamba Yesu ni Mfalme, ni kwa njia gani tofauti tunafikiri kuhusu utawala wake?*

B. Ujio wa pili wa Kristo

Waambie wanafunzi wasome majibu yao kwa IV, B hadi IV, D.

Mistari ya kujalizia somo kadiri unavyoona itafaa:

- ▶ Kuja katika hukumu—2 Wathesalonike 1:7–10

- ▶ Utukufu wake kufunuliwa—Mathayo 24:30

- ▶ Uweza wa ujio wa pili wa Kristo—Ufunuo 19:11–16

Uliza, *Ni picha au mawazo gani hujaza akili yako unapofikiria kuhusu kurudi kwa Yesu katika utukufu?*

7. Utekelezaji (sehemu ya V)

Mstari wa kwanza katika sehemu hii unahimiza namna fulani ya kuishi kwa kuzingatia kurudi kwa Kristo; wa pili unaonyesha picha ya jinsi kurudi huko kutakavyoonekana na kutakavyohisika. Waombe baadhi ya wanafunzi kushiriki na darasa kile walichoandika kama jibu kwa kila swali la utekelezaji.

❖ *Mara nyingi watu wameita Biblia "Kitabu cha Yesu," na kwa namna fulani hilo ni kweli. Ikiwa unaielewa Biblia, unaelewa kwamba ni Kitabu kumhusu Bwana Yesu. Katika Agano la Kale kuna maandalizi kwa ajili ya kuja kwa Yesu. Katika Injili kuna uwasilishaji wa Kristo; Amekuja. Katika Matendo kuna tangazo, ujumbe wa wokovu katika Kristo unatangazwa. Katika Nyaraka tunasoma ubinafsishaji, yaani, kwangu mimi kuishi ni Kristo. Kristo, ambaye amekufa na kufufuka kutoka kaburini, anarudi kuishi ndani ya watu wake. Na katika Ufunuo kuna ule utawala, au yule Kristo kwenye kiti cha enzi, utawala wa Mfalme, Mwanakondoo kwenye kiti cha enzi.*

Kwa namna yoyote ile, Biblia ni hadithi ya Kristo. Ni Kitabu kinachotwambia yote juu yake. Katika Matendo, sura ya 8, zingatio kwake Kristo linaonyeshwa kwetu katika mstari wa 35, wakati Filipo, akizungumza na towashi Mwethiopia kwenye barabara kuelekea Gaza, Roho Mtakatifu anasema, "Filipo akafumbua kinywa chake, na kuanzia katika andiko hilo akamhubiri Yesu kwake." Bila shaka, alikuwa akianza katika Agano la Kale na nabii Isaya. Alikutana na yule towashi pale pale alipokuwepo katika Maandiko na akamwonyesha Kristo.

- John MacArthur

Jitayarishe kwa Zoezi Lako

1. Pakua ujumbe #5, "Yesu Anayeteseka: Mbadala Wetu na Mchungaji." kutoka www.gty.org/fof.

2. Tumia daftari lako kuandikia kumbukumbu za ujumbe.

3. Yafanyie kazi maswali na mazoezi kwenye kurasa zifuatazo.

• • •

Hifadhi akilini 1 Wakorintho 15:3-4

Kwa maana yale niliyopokea ndiyo niliyowapa ninyi, kama yenye umuhimu wa kwanza: Kwamba Kristo alikufa kwa ajili ya dhambi zetu, kama yasemavyo Maandiko, ya kuwa alizikwa na alifufuliwa siku ya tatu, kama yasemavyo Maandiko.

• • •

❖ Baadhi ya watu wanafikiri Yesu alikufa kama mfiadini. Wanafikiri kwamba Yesu ni mfano mzuri tu wa mtu aliyekufa kwa ajili ya kusudi fulani. Hiyo ndiyo fikra ya "Yesu Kristo Nyota Mkubwa"—kwamba Yesu alikuwa mfiadini ambaye aliishi kwa ajili ya kusudi jema na anaweka mfano mzuri wa jinsi ya kujitoa muhanga kwa ajili ya kusudi fulani hata wewe kuwa tayari kufa kama mfiadini. Na kwa hakika, mfiadini anaweza kuwa mfano wa mateso, lakini mfiadini hawezi kuwa mbadala. Mfiadini hawezi kuondoa dhambi yangu kwa kafara ya yeye mwenyewe.

- John MacArthur

"Yeye mwenyewe alizichukua dhambi zetu katika mwili wake juu ya mti, ili tufe kwa mambo ya dhambi, bali tupate kuishi katika haki. Kwa kupigwa kwake, ninyi mmeponywa." (1 Petro 2:24).

I. HITAJI LA MWANADAMU LA KAZI YA KRISTO

A. Kulingana na Warumi 3:10–12, kila mtu ana hatia ya mambo gani sita?

1. hakuna mwenye haki
2. hakuna afahamuye
3. hakuna amtafutaye Mungu
4. wote wamepotoka
5. wamekuwa bure
6. hakuna atendaye mema

Warumi 3:23 inajumlisha tatizo: "kwa kuwa wote wametenda dhambi na kupungukiwa na utukufu wa Mungu."

B. Mwanadamu ni mtumwa wa nini (Yohana 8:34)? dhambi

C. Matokeo ya dhambi ni nini (Yakobo 1:15)? Kifo

D. Kwa kuwa tulikuwa wafu katika makosa na dhambi zetu, tulimfuata nani na tulikuwa wana wa aina gani (Waefeso 2:1–3)?

"Ambazo mlizitenda mlipofuatisha namna ya ulimwengu huu na za yule mtawala wa ufalme wa anga, yule roho atendaye kazi sasa ndani ya wale wasiotii. Sisi sote pia tuliishi katikati yao hapo zamani, tukitimiza tamaa za asili yetu ya dhambi na kufuata tamaa zake na mawazo yake. Nasi kwa asili tulikuwa wana wa ghadhabu, kama mtu mwingine yeyote."

E. "Wana wa kuasi" watapata ghadhabu ya nani (Waefeso 5:6)?

Gadhabu ya Mungu

Je, Mungu Atastahimili Dhambi?

"Alaaniwe kila mtu asiyeshikilia kutii mambo yote yaliyoandikwa katika Kitabu cha Sheria."
—Wagalatia 3:10

Kama tulivyojifunza katika somo #3, Mungu anathibitisha utakatifu wake na anadai ulinganifu kwa utakatifu huo. Mwanadamu anakabiliwa na:

- Dhambi (Warumi 3:23)

- Kuwa na Mungu kama adui yake (Yakobo 4:4b)

- Kuwa chini ya nguvu za Shetani (1 Yohana 5:19)

- Kutoweza kujiokoa (Warumi 5:6)

- Kifo (Warumi 6:23)

- Hukumu ya adhabu na kutengwa na Mungu milele (2 Wathesalonike 1:9)

II. **GHARAMA YA KAZI YA KRISTO**

   A. **Soma Wafilipi 2:7–8**

      1. Ni mambo gani matatu aliyofanya Kristo alipokuja duniani (mstari 7)?

        a. _____________________ alijimimina Mwenyewe _____________________

        b. _____________________ alichukua namna ya mtumwa _____________________

        c. _____________________ akipatikana kwa muonekano kama mwanadamu _____________________

      2. Yesu alijinyenyekeza kwa njia gani (mstari 8)? "alijinyenyekeza, akatii hata mauti:naam, mauti ya msalaba!"

   B. **Ni nini kilimpata Yesu duniani, kulingana na Isaya 53:3?**

     "Alidharauliwa na kukataliwa na wanadamu,mtu wa huzuni nyingi, ajuaye mateso."

   C. **Msamaha wa dhambi unahitaji nini (Waebrania 9:22)?**

     "Kwa kweli sheria hudai kwamba, karibu kila kitu kitakaswe kwa damu, wala pasipo kumwaga damu, hakuna msamaha wa dhambi.

   D. **Kristo alilipa bei gani ili kutukomboa (1 Petro 1:18 –19)?**

     Damu yake iliyomwagika

E. Yesu alilia nini pale msalabani (Mathayo 27:46)?

F. Mungu alimfanya nini Yesu alipokuwa msalabani (Isaya 53:6)?

III. UTOAJI WA KAZI YA KRISTO

Yesu Kristo alikuja duniani kulipia gharama ya dhambi. Gharama hiyo ilikuwa maisha yake mwenyewe, ambayo aliyatoa kwa hiari (Yohana 10:11, 17–18). Dhabihu yake ilikuwa njia pekee ya kuondoa dhambi za nyakati zote (Waebrania 9:12).

Eleza kile ambacho kifo cha Yesu kilitimiza.

A. 1 Petro 3:18 Kwa kuwa Kristo naye aliteswa mara moja tu kwa ajili ya dhambi, mwenye haki kwa ajili ya wasio haki, ili awalete ninyi kwa Mungu. Mwili wake ukauawa, lakini akafanywa hai katika Roho.

B. Warumi 5:10 "Kwa kuwa kama tulipokuwa adui wa Mungu tulipatanishwa naye kwa njia ya kifo cha Mwanawe, si zaidi sana tukiisha kupatanishwa, tutaokolewa kwa uzima wake"

C. 2 Wakorintho 5:21 "Kwa maana Mungu alimfanya yeye asiyekuwa na dhambi kuwa dhambi kwa ajili yetu, ili sisi tupate kufanywa haki ya Mungu kwake yeye."

D. Wagalatia 1:4 "[Yesu] aliyejitoa kwa ajili ya dhambi zetu ili apate kutuokoa katika ulimwengu huu wa sasa ulio mbaya, sawasawa na mapenzi yake yeye aliye Mungu na Baba yetu."

E. Waefeso 1:7 Ndani yake tunao ukombozi kwa njia ya damu yake, yaani, msamaha wa dhambi, sawasawa na wingi wa neema yake "

F. Warumi 6:6–7 "utu wetu wa kale ulisulubiwa pamoja naye ili ule mwili wa dhambi upate kuangamizwa, nasi tusiendelee kuwa tena watumwa wa dhambi."

> ❖ Katika kiini cha ibada ya kanisa ni ile kanuni nzuri ya Meza ya Bwana, ambayo tunaifahamu sana. Pale kwenye Meza ya Bwana tunachukua mkate na kikombe kwa ukumbusho pamoja na ushirika na Kristo. Katika kiini cha Meza ya Bwana lipo fundisho na fundisho hilo ndilo kiini hasa cha injili ya Kikristo. Limejumlishwa katika maneno ya Bwana wetu aliyesema, "Huu ni mwili Wangu unaotolewa kwa ajili yenu." Kiini cha injili ya Kikristo ni kwamba Yesu Kristo amefanya jambo kwa ajili yetu. Hususan, alikufa kwa ajili yetu. Hoja ndiyo hio. Kifo chake kilikuwa kwa ajili yetu. Na hakika hivyo ndivyo Petro asemavyo katika 1 Petro 2:21, "kwa sababu Kristo naye aliteswa kwa ajili yenu." Aliteseka kwa ajili yako. Ilikuwa kwa ajili yetu kwamba Kristo aliteseka, hiyo ndiyo hoja yake.
>
> - John MacArthur

Yesu Kristo: Jibu kwa Shida Zote za Wanadamu Zinazohusu Wokovu

Kazi ya Kristo msalabani na ufufuo wake ndio suluhisho pekee la matatizo ya mwanadamu. Ndiyo maana Petro angeweza kutangaza kumhusu Yesu Kristo:

> "'Wala hakuna wokovu katika mwingine awaye yote, kwa maana hakuna jina jingine chini ya mbingu walilopewa wanadamu litupasalo sisi kuokolewa kwalo."—Matendo 4:12

Rejelea majibu yako katika sehemu ya kwanza ya somo hili, na uzingatie jinsi Kristo ndiye jibu kwa kila moja ya matatizo ya mwanadamu.

Tatizo la Mwanadamu	Suluhisho Katika Kristo	Maandiko
A. Hatia Mbele za Mungu 1. Sio wenye haki	"kwa kutii kwa mtu mmoja wengi watafanywa wenye hakihaki"	Warumi 5:19
2. Kutokuelewa	"Mwana wa Mungu amekuja, naye ametupa sisi ufahamu."	1 Yohana 5:20
3. Kutomtafuta Mungu	"Mwana wa Adamu amekuja kutafuta na kuokoa kile kilichopotea.	Luka 19:10
4. Kumwacha Mungu	"Mlikuwa . . . mmepotea . . . lakini sasa mmemrudia Mchungaji."	1 Petro 2:25
5. Wote wameku wasiofaa kitu	"haya yakiwa (Sifa hizi) . . . yanawasaidia msikose bidii wala kutozaa matunda katika. . . Kristo."	2 Petro 1:8
6. Hakuna matendo mema	"Kwa maana sisi ni kazi ya mikono ya Mungu, tulioumbwa katika Kristo Yesu, ili tupate kutenda matendo mema"	Waefeso 2:10
B. Utumwa wa dhambi	"Yesu imeniweka huru mbali na sheria ya dhambi na mauti."	Warumi 8:2
C. Kukabiliana na kifo	"yeyote anayesikia maneno yangu na kumwamini yeye aliyenituma, anao uzima wa milele "	Yohana 5:24
D. Kukabiliana na ghadhabu Mungu	"Basi, kwa kuwa sasa tumehesabiwa haki kwa damu yake, si zaidi sana tutaokolewa kutoka ghadhabu yaMungu kupitia kwake!"	Warumi 5:9

IV. MOTISHA WA KAZI YA KRISTO

A. Kwa nini Mungu aliwaokoa wanadamu (Yohana 3:16; Warumi 5:8)? Kwa sababu anatupenda.
Kwa maana jinsi hii Mungu aliupenda ulimwengu hata akamtoa Mwanawe wa pekee, ili kila mtu amwaminiye asipotee, bali awe na uz ima wa milele... lakini Mungu anaudhihirisha upendo wake kwamba: Tulipokuwa tungali wenye dhambi, Kristo alikufa kwa ajili yetu.

B. Ni sifa gani ya Mungu inayoonyeshwa katika wokovu wake wa wanadamu (1 Petro 1:3)? Rehema.
Ahimidiwe Mungu, Baba wa Bwana wetu Yesu Kristo! Kwa rehema zake kuu ametuzaa sisi mara ya pili katika tumaini lenye uzima kupitia kwa kufufuka kwa Yesu Kristo kutoka kwa wafu."

C. Kwa nini mwandishi anaita rehema ya Mungu kuwa kuu? (Dokezo: Warumi 5:6, 8)

Kwa sababu alikufa kwa ajili ya wasiostahili

V. AZIMIO NA KUENDELEA KWA KAZI YA KRISTO

Kifo cha Kristo pale Kalvari kilimaliza kazi yake ya ukombozi kwa ajili ya mwanadamu (Yohana 19:30). Lakini hadithi ya wokovu haiishii hapo. Kaburi halikuweza kumshikilia Kristo; anaishi na kuendeleza kazi aliyoianza kwa ajili yetu.

A. Kristo alitangazwaje kuwa Mwana wa Mungu (Warumi 1:4)?

". . . kwa uwezo wa Roho wa utakatifu alidhihirishwa kuwa Mwana wa Mungu kwa ufufuo wake kutoka kwa wafu, yaani, Yesu Kristo, Bwana wetu."

B. Baada ya Kristo kufanya utakaso wa dhambi, aliinuliwaje (Waebrania 1:3)?

" ...aliketi mkono wa kuume wa Aliye Mkuu huko mbinguni.."

C. Tunapitia kifo cha kiroho kwa njia ya dhambi ya Adamu. Ni faida gani tunayopata kupitia ufufuo wa Kristo (1 Wakorintho 15:21-22)?

"katika Kristo wote watahuishwa."

Biblia huurejelea ufufuo wa Kristo kuwa "malimbuko." Hili ni neno la Agano la Kale linalozungumzia malimbuko ya mavuno; matunda haya yalitengwa kwa ajili ya Bwana. Linapotumiwa katika Agano Jipya, "malimbuko" hudokeza ahadi ya mavuno zaidi kufuata. Kwa hiyo, ufufuo wa Kristo una ahadi ya ufufuo kwa wengine pia. (1 Wakorintho 15:20 –22; 1 Petro 1:3)

D. Sasa kwa kuwa tumevutwa kwa Mungu kupitia Kristo, Yesu anaweza kufanya nini (Waebrania 7:25)? "Kwa hiyo anaweza kuwaokoa kabisa wale wanaomjia Mungu kupitia kwake, kwa sababu yeye adumu daima kuomba kwa ajili yao."

E. Je, Kristo ana jukumu gani la kipekee (1 Timotheo 2:5) "Kwa maana kuna Mungu mmoja na mpatanishi mmoja kati ya Mungu na wanadamu, yaani mwanadamu Kristo Yesu"

F. Yesu alipokuwa akielekea kuondoka, aliahidi kufanya nini (Yohana 14:3)? Nami nikienda na kuwaandalia makao, nitarudi tena na kuwachukua mkae pamoja nami, ili mahali nilipo, nanyi mpate kuwepo.

Wakati baadhi ya watu wanakabiliwa na uhalisi wa Kristo ni nani, wanatambua kuwa wamefanya kosa kubwa katika kile walichoamini au jinsi walivyoishi. Wanasadikishwa sana mioyoni mwao. Tafakari mfano wa wanaume wa Yerusalemu, ambao macho yao yalifunguliwa kwa ukweli.

> Watu waliposikia maneno haya yakawachoma mioyo yao, wakawauliza Petro na wale mitume wengine, "Ndugu zetu tufanye nini? — Matendo 2:37

Unaweza kufanya nini?

- ▶ Kubali kwamba umetenda dhambi na haukubaliki kwa Mungu.

- ▶ Tubu na uliite jina la Yesu ili likuokoe.

- ▶ Tafuta msamaha kwa damu yake iliyomwagika kwa ajili yako.

- ▶ Kubali kuwa yeye ndiye mtawala halali katika maisha yako.

- ▶ Mshukuru Mungu kwa upendo na neema yake.

✤ Nimetubu dhambi zangu na kuliita jina la Yesu Kristo, nikimwamini kama Bwana na Mwokozi.

✤ Sijampokea Kristo, lakini bado natafuta kwa bidii.

KAZI YA KRISTO

MALENGO YA SOMO LA 5

1. Kueleza hitaji la mwanadamu la Mwokozi.

2. Kuonyesha gharama ya kazi ya Kristo.

3. Kuonyesha utoaji wa kazi ya Kristo.

4. Kumwasilisha Kristo aliyefufuka.

5. Kutoa mwito wa toba

MPANGILIO WA DARASA KWA SOMO LA 5

1. Jadili dhambi na uhalisi wa upotovu wa mwanadamu.

2. Sisitiza hitaji na mpango ulioamuliwa awali wa kifo mbadala cha Kristo.

3. Jadili kusulubishwa na hukumu ya Mungu.

4. Jadili ufufuo na utoaji wa kazi ya Kristo msalabani.

MASWALI YA KAWAIDA KWA SOMO LA 5

Kwa nini ilimbidi Kristo kufa? Je, hangeweza kuuokoa ulimwengu bila kufa?

Je, ninajuaje kwamba dhambi zangu zote zililipiwa msalabani?

MPANGILIO WA KUFUNDISHA UNAOPENDEKEZWA KWA SOMO LA 5

1. Kupasha misuli moto

Somo linazungukia gharama ambayo Kristo alilipa msalabani kwa ajili ya dhambi zetu. Hili linaonekana katika kufedheheshwa kwake kabisa, hata kufikia kufa msalabani (Wafilipi 2:8). Kufa kwa Kristo msalabani ni tendo la kilele la upendo la huduma yake ya duniani, na ndicho kiini cha Maandiko yote. Kwa hiyo, utahitaji kutumia muda kutazama kusulubishwa na matukio yanayouzungukia msalaba—Mungu akimtelekeza Mwana wake mwenyewe, akimponda kwa ajili ya dhambi zetu. Ukuu wa Kristo unang'aa katika unyenyekevu wake msalabani na ushindi wake juu ya kifo. Hata hivyo, kabla ya kujadili kazi ya Kristo msalabani, ni muhimu kuelewa hali ya dhambi na kutokuwa na matumaini ya wanadamu wote.

2. Hitaji la mwanadamu la kazi ya Kristo (Sehemu ya I)

Somo linaanza kwa kuelezea hitaji la mwanadamu la wokovu. Linamwonyesha mwanadamu kama aliyepotea bila tumaini na mtumwa wa dhambi.

A. Hali ya mwanadamu — mpotovu kamili

Anza kwa kuwaomba wanafunzi wako wasome Warumi 3:10–12. Waambie wasome majibu yao kwa I, A. Jadili virai vifuatavyo:

- ▸ *Hakuna mwenye haki*
  - ▫ Hakuna aliye sawa mbele za Mungu
  - ▫ Kiwango cha Mungu ni ukamilifu—Mathayo 5:48
  - ▫ Matendo yote ya mwanadamu ni kama matambaa machafu kwa Mungu—Isaya 64:6
- ▸ *Hakuna anayeelewa*
  - ▫ Mwanadamu ambaye hajakombolewa hana uwezo wa kiroho wa kumwelewa Mungu
  - ▫ Wanadamu wametiwa giza katika ufahamu wao—Waefeso 4:17–18
- ▸ *Hakuna amtafutaye Mungu*
  - ▫ Watu hawamtafuti Mungu kwa sababu ya mioyo yao migumu
  - ▫ Wanadamu humtafuta Mungu kama tu itikio la Mungu kuwatafuta wao—Yohana 6:44
- ▸ *Wote wamepotoka*
  - ▫ Uliza, Wanadamu wamemwacha nani? Jibu: Mungu.
  - ▫ Zingatia: Watu wasio haki, ambao hawamtafuti Mungu na hawaelewi mambo ya kiroho, watapotoka na kwenda njia zao wenyewe, bila Mungu (Isaya 53:6).
- ▸ *Wamekuwa wasiofaa kitu*
  - ▫ Uliza, *Nini maana ya kutofaa kitu?*
  - ▫ Wafu Kiroho—Waefeso 2:1
- ▸ *Hakuna yeyote anayetenda mema*
  - ▫ Hawafai kwa tendo lolote jema—Tito 1:16

Upotovu kamili haumaanishi kwamba mwanadamu hana sifa yoyote inayompendeza mwanadamu au kwamba kila mtu ni mbaya kwa kadiri anavyoweza kuwa mbaya. Hata hivyo, ina maana kwamba kila sehemu ya mwanadamu imechafuliwa na dhambi (nia, matendo, tamaa, n.k.). Kwa hiyo, wanadamu ni watumwa wa dhambi, waliotengwa kabisa na Mungu, na katika hali ambayo haiwezekani kumpendeza Mungu.

B. Matokeo ya hali ya mwanadamu

Maswali I, B hadi I, E yanaeleza matokeo ya hali ya upotovu ya mwanadamu—yaani, kwamba mwanadamu ni mtumwa wa dhambi na yupo katika uadui na Mungu.

Waulize wanafunzi majibu yao kwa swali la I, B. Hili linaanzisha majadiliano juu ya dhambi, ambayo ni muhimu kujadili kwa vile kusingekuwa na haja ya msalaba kama sio kwa sababu ya dhambi.

- ► **Ufafanuzi:** Dhambi ni jambo lolote linalopingana na Mungu kwa mawazo, kwa maneno, au kwa matendo.

  - ▫ Katika mawazo —Mathayo 5:28
  - ▫ Kwa neno au kwa usemi—Wakolosai 3:8
  - ▫ Kwa vitendo

    - Dhambi za utendaji: kuvunja sheria ya Mungu (1 Yohana 3:4)

    - Dhambi za kutotenda: kutofanya unachojua ni sawa (Yakobo 4:17)

- ► Kuwa mtumwa wa dhambi: Waulize wanafunzi, Inamaanisha nini kuwa mtumwa wa dhambi? Jadili ukweli unaotisha kwamba kila mtu amezaliwa mtumwa wa dhambi.

Hakiki somo #5, sehemu ya II, B hadi II, E. Sisitiza kwamba watu ambao hawajaokoka wapo chini ya hukumu ya Mungu. Hii imefupishwa katika orodha iliyo mwishoni mwa sehemu ya I. Waambie wanafunzi watazame mistari katika orodha na wajadili kila mmoja.

Geukia sasa kazi ya Kristo msalabani, Warumi 5:6: "Kwa maana hata tulipokuwa dhaifu , wakati ulipowadia, Kristo alikufa kwa ajili yetu sisi wenye dhambi."

3. Kazi ya Kristo

Katika kuzingatia dhabihu ya Kristo msalabani, ni muhimu kujadili:

- ► Hitaji la dhabihu ya damu

- ► Kufedheheshwa kwa Kristo

- ► Kusulubiwa na matukio yanayozungukia kusulubiwa

- ► Hukumu ya Mungu msalabani

A. Hitaji la dhabihu ya damu (sehemu ya II, C na II, D)

"Kwa nini ilimbidi Yesu kufa? Je, hangeweza kuuokoa ulimwengu bila kuteseka na kufa?" Mungu alitangaza kwamba kifo kinahitajika ili kuridhisha dhambi. Hili linaonekana katika ule mfumo wa kidhabihu, ambapo Mungu alihitaji kuuawa kwa wanakondoo wa Pasaka kama toleo la dhambi. Pia linaonekana katika hukumu ya Mungu kwamba mshahara wa dhambi ni kifo (Warumi 6:23). Kifo cha Kristo msalabani kinachukua mahali pa kifo chetu cha kiroho kwa kufanya upatanisho kwa ajili ya dhambi zetu.

- ► Msamaha unahitaji kumwagika kwa damu (Waebrania 9:22).

- ► Mungu alikuwa ameweka sharti kwamba kumwagika kwa damu kunahitajika kwa ajili ya upatanisho wa dhambi (Mambo ya Walawi 17:11).

B. Kufedheheshwa kwa Kristo (sehemu ya II, A na II, B)

Hakiki sehemu za II, A na II, B pamoja na wanafunzi. Hakiki mjadala wa *kenosisi* (kujimimina) kutoka wiki iliyopita. Jadili ukweli kwamba ili kuwa dhabihu kamilifu ya dhambi na mpatanishi kati ya Mungu na mwanadamu, Yesu alipaswa kuwa Mungu na mwanadamu asiye na dhambi. Zaidi ya hayo, katika tendo kubwa kuliko yote la unyenyekevu, Kristo alipaswa kuweka kando utukufu wake na mamlaka huru na kuchukua namna ya mtumwa (Wafilipi 2:8), akiwa amedharauliwa na kutelekezwa na wanadamu.

C. Kusulubiwa

Unaposhughulikia sehemu ya II, mada ya kusulubiwa inafunguliwa kwa ajili ya mazungumzo. Ni muhimu kusoma vifungu vikuu vinavyoshughulikia kusulubiwa na kujadili matukio yanayozungukia kusulubiwa.

- ▶ Masumbuko makali kabla ya kusulubiwa kwake; Luka 22:41–44

- ▶ Kukamatwa kwake; Mathayo 26:50–58

- ▶ Kesi Yake; Mathayo 26:59–8

- ▶ Mbele ya Pilato; Mathayo 27:11–26

- ▶ Kupigwa mijeledi kwake ; Mathayo 27:27–31

- ▶ Kusulubiwa kwake; Mathayo 27:32–37

- ▶ Maneno yake ya mwisho; Yohana 19:26–30

Matukio yaliyotokea wakati wa kifo chake yalijumuisha giza la ajabu, matetemeko ya ardhi, ufufuo, na kupasuliwa kwa pazia katika hekalu lililotenganisha Patakatifu pa Patakatifu (Mathayo 27:45–53). Kupasuliwa kwa pazia kulionyesha kwamba sasa watu wote wangeweza kumfikia Mungu. Yajadili matukio hayo pamoja na darasa.

D. Hukumu ya Mungu msalabani (sehemu za II, E na II, F)

Ili kuelewa mzigo kamili wa Kristo kubeba dhambi za wote ambao wangeamini, ni sharti kuelewa kwamba haki ya Mungu ilihitaji kwamba adhabu kamili kwa dhambi zote zilizofanywa itwikwe juu ya Kristo. Kristo alipozichukua dhambi za mwanadamu, alifanyika kuwa dhambi, na Baba alitekeleza hukumu yake juu yake badala ya kila mtenda dhambi binafsi.

Lakini kikubwa zaidi ni kwamba Mungu alimtelekeza Mwana wakati wa Kristo kuzichukua dhambi. Zingatia, wakati wa kusulubiwa ni wakati pekee ambao Kristo anamwita Mungu kama "Mungu wangu" na sio kama "Baba". Hii ndiyo siri ya siri, wakati Baba anapomtelekeza Mwana, akimwacha peke yake kabisa kuzichukua dhambi zetu katika mwili wake msalabani. Utengano huu kati ya Baba na Mwana ulikuwa utengano wa kimahusiano, ambapo ushirika wa karibu kati ya Baba na Mwana ulivunjwa. Mwana hangeweza kamwe kutenganishwa kutoka kwa asili ya Utatu, kwa kuwa basi Mungu wa Utatu angeacha kuwapo. Kristo aliendelea kuwa Mungu; Utatu haukuvunjika. Walakini, kwa njia ambayo akili zetu haziwezi kuelewa kikamilifu, Mungu Baba alimtelekeza Mungu Mwana, wakati alipomtwisha Kristo uovu wetu sisi sote, akimwacha kuichukua ghadhabu ya haki ya Baba yake dhidi ya dhambi za watu wake.

Kweli hizo zinahitaji kujadiliwa mnaposhughulikia sehemu za II, E na II, F.

- ▶ Kristo alichukua dhambi zetu, akawa dhambi kwa ajili yetu. 2 Wakorintho 5:21; 1 Petro 2:24

- ▶ Maovu yetu yalimwangukia Kristo. Isaya 53:6 (II, F)

Kwa namna fulani na kwa njia fulani, katika siri za ukuu wa kiungu na uweza wa yote, yule Mungu Mwanadamu alitengwa na Mungu kwa muda mfupi pale Kalvari, ghadhabu kali ya Baba ilipomiminwa juu ya Mwana asiye na dhambi, ambaye kwa neema isiyo na kifani alifanyika dhambi kwa wale wanaomwamini.[1]

—John MacArthur

---

[1] Quote from The MacArthur New Testament Commentary series: *Matthew 24–28* (Moody), © 1999 by John MacArthur.

- ▶ Mungu alipendezwa kumponda Mwana kama toleo la hatia— Isaya 53:10

- ▶ Kristo alitelekezwa na Baba— Mathayo 27:46 (II, E). Zingatia: Kutelekezwa: kuachwa, kutupiliwa mbali.

Uliza: *Kwa nini Mungu Baba alimwacha Mwana?* Jibu: Kristo alikuwa amefanyika dhambi.

Hukumu ya Mungu juu ya Kristo msalabani inaonyesha upendo mkuu wa Mungu kwa watoto wake (1 Yohana 4:10), na vile vile kuwa njia pekee ambayo wanaweza kusamehewa.

4. Utoaji wa kazi ya Kristo (sehemu ya III)

Somo hili linafanya kazi nzuri ya kueleza kile ambacho dhabihu ya Yesu ilitimiza kwa wale wanaoamini. Hakiki mistari katika sehemu ya III, A hadi F.

A. Kupatanishwa na Mungu

Hakiki Warumi 5:10, ukizingatia ukweli kwamba waumini "wamepatanishwa na Mungu."

"Kupatanisha" hubeba wazo la kuleta tena katika maelewano, au kuleta katika maafikiano.

Kupatanishwa na Mungu kunamaanisha kwamba sasa tuna amani na Mungu.

Uliza: *Je, wewe binafsi unaitikiaje ujumbe kwamba, katika Kristo, umepatanishwa na Mungu?*

B. Yesu Kristo: Jibu kwa Shida Zote za Wanadamu Zinazohusu Wokovu

Tumia chati iliyo mwishoni mwa sehemu ya III kulisaidia darasa kuwa na taswira ya kiasi cha kile alichokitoa Kristo kwa kazi Yake msalabani. Uliza, *Kwa kila mstari wa Maandiko ulioorodheshwa katika safu "Suluhisho Katika Kristo," ni muhtasari gani wa maneno matatu au manne ambao ungelingana na kauli katika safu "Tatizo la Mwanadamu"?*

> ❖ *Kuiweka kwa urahisi kama niwezavyo kuiweka, ikiwa Kristo sio mbadala wangu, basi bado nipo katika nafasi ya mwenye dhambi aliyehukumiwa. Ikiwa dhambi zangu na hatia yangu hazijahamishwa kwake, naye hazichukuwi, basi zinabaki nami. Ikiwa hakushughulikia dhambi zangu, basi lazima nizishughulikie. Ikiwa hakuichukua adhabu yangu, basi lazima niichukue. Hakuna uwezekano mwingine. Ni yeye au mimi.*
>
> *Wengine wamependekeza, hata hivyo, kwamba ni ukosefu wa maadili kufundisha fundisho la ubadala. Baadhi ya wanatheolojia wamependekeza kwamba ni ukosefu wa maadili kufundisha kwamba Mungu katika mwili wa mwanadamu alitwikwa dhambi na kuichukua dhambi yangu na dhambi yako. Lakini sio ukosefu wa maadili kwa sababu haumsukumii Mungu kitu ambacho yeye hangependa. Huchafui utakatifu Wake— la hasha. Ukweli wa mambo ni kwamba katika mchakato wa wokovu, zingatia hili, Mungu hahamishi adhabu kutoka kwa mtu mmoja na hatia kwenda kwa mtu mwingine asiye na hatia, Hapana, anabeba dhambi Mwenyewe, kwa maana Yesu alikuwa Mungu katika mwili wa mwanadamu.*
>
> *- John MacArthur*

5. Nia ya kazi ya Kristo (sehemu ya IV)

Kujitoa kwa Kristo hadi kufikia kufa ili kuwaokoa wanadamu kunaonyesha upendo mkuu na rehema ya Mungu.

Ukihakiki sehemu ya IV, waambie wanafunzi watoe majibu yao kwa swali la IV, C.

6. Azimio na kuendelea kwa kazi ya Kristo (sehemu ya V)

Kumbuka kushughulikia ufufuo. Hutaki kumwacha Kristo msalabani.

Licha ya kifo cha Yesu msalabani kilivyo muhimu kwa wokovu wetu, mchakato haukuishia hapo. Eleza jinsi, bila ufufuo, maisha ya Kristo, kutokuwa na dhambi, na dhabihu yote yangekuwa hayana maana. Kuwa na Masihi mfu hakumwokoi yeyote.

> ► Uweza wa ufufuo juu ya kifo—Warumi 1:4 (V, A)

> ► Umuhimu wa ufufuo—1 Wakorintho 15:13–12 (V, C)

Jadili wazo la malimbuko " kama lilivyoangaziwa katika sehemu ya V, C.

Jadili nafasi ya Kristo kama Mwombezi na Mpatanishi (sehemu za V, D na V, E). Jadili kusudi la Kristo kufanya upatanishi kwa ajili yetu, mbele ya Baba, kama Kuhani wetu Mkuu (Waebrania 4:14).

7. Utekelezaji (sehemu ya VI)

Daima upo uwezekano kwamba kuna watu darasani mwako ambao hawajawahi kuitikia injili kibinafsi. Sema, *Mwisho wa somo unatupa changamoto kila mmoja wetu kuhusu kama tumetubu na kuliita jina la Bwana, tukimwamini yeye kama Bwana na Mwokozi.*

Kisha uliza, *Je, toba ya kweli hudhihirika kwa njia zipi? na Je, inamaanisha nini kumwamini yeye kama Bwana?*

Jitayarishe kwa Zoezi Lako

1. Pakua ujumbe #6, "Kubadilishana Kifo Kilicho Hai kwa Maisha ya Kufa," kutoka www.gty.org/fof.

2. Tumia daftari lako kuandikia kumbukumbu za ujumbe.

3. Yafanyie kazi maswali na mazoezi kwenye kurasa zifuatazo.

· · ·

Hifadhi akilini Waefeso 2:8-10

Kwa maana mmeokolewa kwa neema, kwa njia ya imani, wala si kwa matendo yenu mema. Hii ni zawadi kutoka kwa Mungu, si kwa matendo, ili mtu yeyote asije akajisifu. Kwa maana sisi ni kazi ya mikono ya Mungu, tulioumbwa katika Kristo Yesu, ili tupate kutenda matendo mema, ambayo Mungu alitangulia kuyaandaa tupate kuishi katika hayo.

· · ·

❖ John Edie, mhubiri wa Uskoti wa karne ya kumi na tisa, alisema, "Watu wasio na Kristo ni mauti yanayotembea. Uzuri wa utakatifu haumvutii mwanadamu katika hali yake ya kutohisi maadili, wala tabu za jehanamu hazimzuii. Unaweza kuzungumza naye kuhusu mbinguni, yeye havutiwi. Unaweza kuzungumza naye kuhusu jehanamu, haogopi.

Sasa mwanadamu wa aina hii hahitaji kurekebishwa, mtu wa aina hii hahitaji ukarabati, mtu wa aina hii hahitaji urejesho, kurudishiwa fahamu; mtu wa aina hii anahitaji ufufuo. Anahitaji uzima, kwa sababu amekufa.

- John MacArthur

Je, kazi ya ukombozi ya Kristo inatekelezwaje kwa mwanadamu? Tunajuaje kama mtu fulani ni Mkristo? Mungu ameamuru au ameweka mpango wa wokovu ambao ametufunulia katika Biblia. Katika somo hili, tutajifunza jinsi anavyowaokoa wale wanaoamini.

I. **UKUU WA MUNGU KATIKA WOKOVU**

   A. Mpango mkuu wa Mungu wa wokovu

   1. Soma Warumi 8:29–30, na uandike mwendelezo wa jinsi Mungu anavyomleta mtu kwenye wokovu:

   Mstari 29: Maana _aliowajua tangu mwanzo_

   Pia _aliwachagua tangu mwanzo_.

   Mstari 30: Nao wale _aliowachagua tangu mwanzo_

   Pia _akawaita_.

   Mstari 30: Nao wale _aliowaita_

   Pia _akawahesabia haki_.

   Mstari 30: Nao wale _aliowahesabia haki_

   Pia _akawatukuza_.

   2. Soma Waefeso 1:4–6 na ujibu yafuatayo yafuatayo:

   a. Je, mpango wa Mungu umekuwa upi tangu kabla ya kuwekwa misingi ya ulimwengu (mstari 4)

   "ili tuwe watakatifu na bila lawama mbele zake"

   ___

   b. Ni nini kusudi la mpango wake wa wokovu (mstari 6)?

   "kwa sifa na utukufu wa neema yake."

   ___

Neema ni "tendo huru na kuu la Mungu la upendo na rehema katika kutoa wokovu kupitia kifo na ufufuo wa Yesu, mbali na chochote ambacho wanadamu wanaweza kufanya, na kudumisha kwake wokovu huo hadi utukufu."[1] —John MacArthur.

---

[1] Nukuu kutoka The MacArthur New Testament Commentary series, Galatians (Moody), © 1987 by John MacArthur.

B. Mungu Autekeleza Mpango Wake wa wokovu

1. Hali ya kiroho ya mwanadamu ni ipi kabla ya kubadilishwa (Waefeso 2:1)?

   wafu katika makosa na dhambi

2. Mungu (Roho Mtakatifu) anafanya nini kuhusu dhambi (Yohana 16:8)?

   "Yeye ... atausadikisha ulimwengu kuhusu dhambi, na haki, na hukumu."

3. Ni nini kinachohitajika kabla ya mtu kujua ukweli (2 Timotheo 2:25)?

   Toba

4. Ni nani anayeijalia? Mungu

5. Soma Yohana 1:12–13. Ni nani anayetupatia haki ya kufanyika watoto wa Mungu (mstari 12)?

   Mungu

Zingatia kwamba haki au pendeleo hili hatupewi kwa sababu ya:

- ▶ Kuzaliwa kwetu (" kwa damu")

- ▶ Juhudi zetu (" mapenzi ya mwili")

- ▶ Hiari yetu wenyewe ("mapenzi ya mwanadamu")

6. Nani husababisha kukua kwa muumini (1 Wakorintho 3:6)? " . . . Mungu ndiye aliyesababisha ukuaji huo.

7. Ni nani atakayesababisha ufufuo kufanyika (1 Wakorintho 6:14)? Mungu hajamfufua Bwana tu,
   bali atatufufua na sisi pia kwa uweza wake."

C. Mungu auhitimisha mpango wake

1. Tazama tena Warumi 8:29. Tutafananishwa na sura ya nani hatimaye?

   Mfano wa Mwanawe (Yesu Kristo)

2. Ni nini kitakachotokea kwa kila muumini (Wafilipi 3:20–21)?

   Tutageuzwa kuwa sawa na mwili wa utukufu wa Kristo.

3. Je, Kristo anatamani nini kwa wale walio wake (Yohana 17:24)?

shauku yangu ni kwamba, wale ulionipa wawe pamoja nami pale nilipo, ili waweze kuuona utukufu wangu, yaani, utukufu ule ulionipa

II. KUBADILISHWA

Hesabu 21:5–9 inarekodi jinsi wana wa Israeli walivyotenda dhambi dhidi ya Mungu, na hivyo Mungu akawatuma nyoka hatari waliowauma na kusababisha kifo. Watu walitambua dhambi yao na wakaomba kukombolewa. Mungu alimwagiza Musa kumweka nyoka wa shaba anayeng'aa juu ya mti, na wakati mtu alipoumwa, angeliweza kumtazama na kuokolewa. Kwa njia inayotoa picha ya kubadilishwa; hata hivyo, badala ya nyoka juu ya mti, tuna Mwana wa Mungu juu ya msalaba.

A. Kusadikishwa kwa dhambi

1. Mungu amewapa watu nini ili kudhihirisha dhambi zao (Warumi 3:20)? _kwa maana sheria hutufanya tuitambue dhambi_

2. Watu walipotambua kosa walilofanya katika kumsulubisha Kristo, walijisikiaje mioyoni mwao mwao (Matendo 2:36–37)?

Watu waliposikia maneno haya yakawachoma mioyo yao, wakawauliza Petro na wale mitume wengine, Ndugu zetu tufanye nini?

B. Kutubu dhambi

1. Kwa nini mtoza ushuru alimlilia Mungu hekaluni (Luka 18:13)?

Alijua alikuwa mwenye dhambi. Soma 2 Wakorintho 7:9-10.

2. Soma 2 Wakorintho 7:9-10

   a. Je, huzuni ya kiungu juu ya dhambi huzalisha nini (mstari wa 10)? _toba_

   b. Je, inaongoza kwenye nini (mstari wa 10)? _Wokovu_

Toba ina maana ya kuacha dhambi na kumgeukia Mungu

C. Kumgeukia Kristo

Wakati watu waliokuwa wameumwa na nyoka hatari walimtazama nyoka juu ya mti, walikuwa wakitekeleza imani katika kile alichokisema Mungu.

1. Ni ahadi gani inatolewa kwa wale wanaoliita jina la Bwana (Warumi 10:13)?

"Kila mtu atakayeliitia jina la Bwana, ataokolewa."

2. Soma Warumi 10:8–10. Imani inahitajika kwa wokovu.

a. Je, ni lazima kukiri nini (mstari wa 9)? "Yesu kama Bwana."

b. Je, ni lazima kuamini nini (mstari wa 9)? "kuamini moyoni mwako kwamba Mungu alimfufua kutoka kwa wafu."

> Imani ina maana ya kumwamini, kujishikilia kwake au kumkumbatia Yesu Kristo, ambaye ndiye mlengwa wa imani yetu.

D. Kufanyika watumwa wa haki

1. Soma Warumi 8:1–2.

a. Kwa muumini katika Kristo, ni nini adhabu ya dhambi (mstari wa 1)?

b. Muumini yuko huru kutoka kwa nini (mstari 2 _________________ na _________________

2. Anapowekwa huru kutoka kwa dhambi, muumini anafanyika kuwa nini (Warumi 6:18)

"watumwa wa haki."

3. Je, hutokea faida gani (Warumi 6:22)

"utakaso, na mwisho wake, uzima wa milele."

> Utakaso ni ule mchakato wa kufananishwa na mfano wa Yesu Kristo.

Shuhuda tatu muhimu za muumini wa kweli ni: *imani* itendayo kazi, *upendo* utendao kazi, na *tumaini* linalostahimili (1 Wathesalonike 1:3 –4).

A. Imani itendayo kazi

1. Ni nini kinachofunua imani halisi?

a. Yakobo 2:18 matendo ya mtu

b. 1 Petro 1:6–7 majaribu; kujaribiwa kwa moto

2. Mungu aliwatayarisha waumini kwa ajili ya nini (Waefeso 2:10)? _matendo mema_

____

3. Tito 3:8 inasema kwamba wale ambao wamemwamini Mungu wanapaswa kufanya nini? Kwa nini?

"jishughulishe na matendo mema. Mambo hayo ni mema na yanafaa kwa wanadamu."

____

B. Upendo utendao kazi

1. Zaidi ya imani, ni nini kingine ambacho Mungu huzingatia katika muumini (Waebrania 6:10)?

"kazi yenu na upendo ule mlioonyesha kwa ajili yake katika kuwahudumia watakatifu na hata sasa mnaendelea kuwahudumia.

2. Je, ni kipi chanzo cha upendo katika maisha ya muumini (Warumi 5:5)?

"Upendo wa Mungu umemiminwa ndani ya mioyo yetu kwa njia ya Roho Mtakatifu."

3. Je, ni nini ukweli wa mtu aliyezaliwa na Mungu (1 Yohana 4:7–8)?

"Wapendwa, tupendane, kwa kuwa pendo latoka kwa Mungu. Kila apendaye amezaliwa na Mungu, naye anamjua Mungu."

4. Je, muumini wa kweli anaonyeshaje upendo (1 Yohana 3:18–19)?

"tusipende kwa maneno au kwa ulimi bali kwa tendo na kweli"

C. Tumaini linalostahimili

1. Yesu alisema nani ataokolewa (Mathayo 10:22)?

"Yeye ambaye amestahimili hadi mwisho ndiye atakayeokolewa."

2. Ni nini kinachotupa motisha wetu wa kustahimili (1 Timotheo 4:10

Tumeweka tumaini letu kwa Mungu aliye hai, ambaye ni Mwokozi."

3. Eleza tumaini alililonalo Mkristo.

a. Wagalatia 5:5 _"tumaini la haki."_

b. 1 Wathesalonike 5:8 _"tumaini la wokovu."_

c. Tito 3:7 _"tumaini la uzima wa milele."_

D. Matatu Yanayodumu

Paulo aliona mambo gani matatu kuhusu Wakolosai? (Wakolosai 1:4–5)?

1. imani yao katika Kristo

2. upendo wao kwa watakatifu wote

3. Imani yao katika tumaini lililowekwa mbinguni kwa ajili yao

IV. UTEKELEZAJI

Mungu ndiye mkuu katika wokovu. Muumini haitwi kwenye wokovu kwa sababu ya kustahili kwake bali kwa sababu ya kusudi na neema ya Mungu (Waefeso 1:3–14)

A. Ukitambua kwamba Mungu amekuchagua kwa ajili ya wokovu, unapaswa kuitikiaje (Waefeso 1:4)?

"Tungekuwa watakatifu na bila lawama mbele zake."

B. Je, unahimizwa kuishi vipi (Warumi 6:12–13)?

Kwa hiyo, msiruhusu dhambi itawale ndani ya miili yenu, ipatikanayo na kufa, ili kuwafanya mzitii tamaa mbaya. Wala msivitoe viungo vya miili yenu vitumike kama vyombo vya uovu vya kutenda dhambi, bali jitoeni kwa Mungu, kama watu waliotolewa kutoka mautini kuingia uzimani. Nanyi vitoeni viungo vya miili yenu kwake kama vyombo vya haki."

Muumini wa kweli atasadikishwa kuhusu dhambi na kuiacha. Atakuwa tayari kujitiisha kwa Mungu na kumfuata Kristo. Muumini wa kweli ataonyesha:

- ▶ Imani itendayo kazi

- ▶ Upendo utendao kazi

- ▶ Tumaini linalostahimili

Sifa hizo tatu zimo kwa kila muumini wa kweli na hutengeneza mwelekeo wa maisha yake.

Soma Zaburi 116:16 –17. Kuanzia leo, unaweza kufanya utekelezaji gani?

(Majibu Yatatofautiana)

MALENGO YA SOMO LA 6

1. Kueleza kwamba wokovu wa mtu ni kazi ya ukuu wa Mungu.

2. Ili kuelewa kubadilishwa na ushahidi wake.

3. Kuwapa changamoto wanafunzi kuhusu wokovu wao wenyewe.

MALENGO YA SOMO LA 6

1. Hakiki upotovu wa mwanadamu.

2. Jadili ukuu wa Mungu katika wokovu.

3. Jadili wajibu wa mwanadamu katika wokovu.

4. Hakiki mchakato wa kubadilishwa na ushahidi wa wokovu wa kweli.

MASWALI YA KAWAIDA KWA SOMO LA 6

Ikiwa Mungu ndiye mkuu katika wokovu, basi kwa nini mwanadamu bado anawajibika?

Nitajuaje kama mimi ni Mkristo?

MPANGILIO WA KUFUNDISHA UNAOPENDEKEZWA KWA SOMO LA 6

1. Kupasha misuli moto

Yajulie mafanikio ya washiriki wa darasa katika kuzifanya kazi za nyumbani. Uliza, *Je, umekuwa ukifurahiaje jumbe kutoka kwenye Tovuti, na umezitumiaje katika kujitayarisha kwa ajili ya vipindi hivi?*

2. Ukuu wa Mungu katika wokovu (sehemu ya I)

Kusudi la msingi la somo hili ni kuuona wokovu kama kazi ya ukuu wa Mungu. Hata hivyo, kuelewa kwamba wokovu ni kazi ya Mungu pekee kunahitaji ufahamu kwamba mwanadamu hana uwezo wa kujiokoa. Kwa hiyo, kabla ya kuanza majadiliano juu ya ukuu wa Mungu katika wokovu, ni muhimu kuhakiki upotovu wa mwanadamu ulioshughulikiwa katika somo lililopita.

A. Upotovu wa mwanadamu

▶ Mashtaka ya Mungu kwa mwanadamu—Warumi 3:10–12

▫ Hakuna mwenye haki

▫ Hakuna afahamuye

◻ Hakuna amtafutaye Mungu

◻ Wote wamepotoka

◻ Hawafai kitu

◻ Hakuna atendaye mema

► Asili iliyoanguka ya watu ambao hawajaokoka

◻ Waliotengwa na Mungu—Wakolosai 1:21–22

◻ Wafu Kiroho—Waefeso 2:1–5

◻ Wasiokuwa na uwezo wa kujiokoa wenyewe.

Nenda sasa kwa ukuu wa Mungu: Kwa sababu ya upotovu wa mwanadamu, mwanadamu kivyake hangeweza kamwe, kumpata Mungu. *Lazima Mungu amtafute mwanadamu.* Hili linawaongoza wanafunzi kutambua kwamba wokovu kikamilifu ni kazi ya Mungu, jambo ambalo utalisisitiza katika somo hili. Lisisitize kwa namna ambayo litajenga mwitikio wa kushukuru katika wanafunzi (kama wameokoka), au wa maombi kwa ajili ya wokovu (kama hawajaokoka).

B. Mpango mkuu wa Mungu wa wokovu (sehemu ya I, A)

Unapotazama ukuu wa Mungu katika wokovu, unahitaji kujadili mwendelezo wa jinsi Mungu anavyomleta mtu kwenye wokovu (yaani, mchakato wa wokovu). Zaidi ya hayo, unahitaji kujadili mchakato huu wa wokovu kwa kuzingatia Upendo wa Mungu wa tangu asili na makusudi ya Mungu. Hatimaye, unahitaji kushughulikia wajibu wa mwanadamu kwa kuzingatia chaguo la Mungu katika ukuu wake.

1. Mchakato wa wokovu—Warumi 8:29–30 (sehemu ya I, A, 1)

Chukua muda wa kufanyia kazi majibu ya mapengo yaliyoachwa chini ya Warumi 8:29–30. Kifungu hiki kinazungumza kuhusu mchakato, au mpango, wa wokovu kwa njia ambayo inasisitiza ukuu wa Mungu na mwelekezo.

Zingatia viungo vitano katika mnyororo huo: aliowajua tangu asili , aliwachagua tangu asili , aliwaita, aliwahesabia haki, na aliwatukuza. Maneno haya yanaweza kuwa mapya kwa wanafunzi kwa hivyo hakikisha unawasaidia kuelewa maana ya kila neno.

Katika kukihakiki kifungu cha Warumi:

► Uliza, *Ni kirai kipi kinachorudiwa mara nne?* Jibu: "Yeye pia."

► Uliza, *Ni nini muhimu kuhusu kirai hiki?* Jibu: Mnyororo hauwezi kukatika; mara tu mchakato unapoanzishwa, utakamilika. Wale ambao Mungu amewaita kwa wokovu watiaitikia na watatukuzwa pamoja naye mbinguni. Hii ni ahadi ya usalama wa wokovu wetu.

► Uliza, *Je, ni upi wakati wa vitendo hivi vinne?* Jibu: Kila moja kipo katika wakati uliopita. Hii ni muhimu kwa sababu wokovu wa muumini umeandikwa katika umilele uliopita na Mungu.

► Uliza, *Nani anatekeleza kila moja ya vile vitendo vinne?* Jibu: Mungu.

► Uliza, *Kwa nini hili ni muhimu?* Jibu: Wokovu ni kazi ya Mungu na Mungu pekee. Sisitiza kwamba imani ya toba ndiyo hatua ya kwanza tunayochukua katika kuitikia wito wa Mungu; na hata imani yetu ni karama kutoka kwa Mungu (2 Petro 1:1).

2. Ujuzi wa tangu asili wa Mungu—1 Petro 1:1–2

Wapeleke wanafunzi kwenye 1 Petro 1:1–2 na mlitazame neno "ujuzi wa tangu asili ". Linatokana na neno la Kiyunani *proginosko* , lenye chanzo kimoja na kihusishi cha Kiyunani *pro* (kabla) na *ginosko* (kujua kwa njia ya ndani). Mara nyingi, waumini wapya wanaweza kufikiri kwamba kujua tangu asili kunamaanisha tu "kujua jambo fulani awali " kana kwamba maisha yetu ni sinema na Mungu tayari anajua mwisho wake. Eleza kwamba neno hili lina kina zaidi ya hivi. Linamaanisha ufahamu wa undani wa mambo yanayohusu maisha yetu kwa sababu Mungu ndiye mkuu juu ya maisha yetu. Ni zaidi ya kujua tu yale yatakayojiri; ni kuyapanga kabla ya kuzaliwa kwetu.

Zingatia: Watu wengi hujaribu kueleza chaguo la Mungu la wengine kwa ajili ya wokovu kwa kushika kwamba kutokana na kujua kwake tangu asili aliutazama ushoroba wa wakati na kuona ni nani angeamini. Lakini, hilo sio la kibiblia. Linachukulia kwamba mwanadamu anao uwezo wa kumtafuta Mungu na kuamini akiwa kivyake. Hili linakiuka ukweli kwamba mwanadamu ambaye hajazaliwa upya amepotoka kabisa, amekufa kiroho, na hatawahi kumtafuta Mungu. Mtazamo huu pia unadhoofisha ukuu na neema ya Mungu katika wokovu.

Katika kujua yote kwa Mungu, Mungu kwa kweli anaweza kutazama hadi mwisho wa historia na hata baadaye na kujua mbeleni kile kinaganaga kidogo kabisa cha matukio yenye umuhimu mdogo kabisa. Ila ni jambo lisilo la kibiblia wala kimantiki kusema kwamba Bwana alitazama mbele tu ili kuona ni nani angeamini na kisha akawachagua watu hao mahususi kwa ajili ya wokovu. Ikiwa hilo lingekuwa kweli, wokovu haungeanza tu kwa imani ya mwanadamu bali ungemfanya Mungu awe na wajibu wa kuutoa. Katika mpango huo, uanzilishi wa Mungu ungeondolewa na neema yake ingeharibiwa.[1]

—John MacArthur

3. Kusudi la Mungu katika kuwachagua baadhi kwa wokovu (sehemu ya I, A, 2b)

Mwombe mmoja wa wanafunzi asome Waefeso 1:4–6 na mjadili hoja zifuatazo:

- ► Alichagua ili apokee sifa na utukufu kwa neema yake. —Waefeso 1:6

- ► Alichagua kulingana na makusudi Yake (tazama pia 2 Timotheo 1:9)

Zingatia: Na sisi ni nani kubishana kwamba chaguo lake sio la haki (Warumi 9:14–23)?

4. Wajibu wa mwanadamu katika wokovu (nyongeza ya somo)

Ijapokuwa Mungu ni mkuu katika kuwachagua wale wanaopaswa kuokolewa, mwanadamu bado anawajibika kwa dhambi yake na kumkataa Kristo. Hizi ni kweli mbili zinazoleta mvutano ndani yetu. Yaani, kwa kuzingatia chaguo kuu la Mungu la wengine kwa ajili ya wokovu:

- ► Mungu hutoa mwito ulio wazi—Yohana 3:16; Warumi 10:11–13

- ► Mwanadamu anawajibika kwa kutokuamini kwake—Yohana 3:18

- ► Mwanadamu anawajibishwa kwa kutoitii injili—2 Wathesalonike 1:8–9

- ► Mwanadamu haokolewi kwa sababu yeye hataki kuja—Mathayo 23:37; Yohana 5:39–40

Zingatia: Ukuu wa Mungu na wajibu wa mwanadamu vinaonekana kwa pamoja katika Luka 22:22. Mungu aliamua kwamba Yuda angemsaliti Kristo na bado Yuda anawajibishwa.

---

[1] Nukuu kutoka The MacArthur New Testament Commentary series: Romans 11–8 (Moody), © 1999 by John MacArthur

Tangu milele iliyopita, Neno la Mungu daima limetimiza lengo lake la kiungu, ambalo daima limejumuisha hamu Yake ya upendo na neema kwamba asiangamie mwanadamu yoyote bali "wote [wafikie] toba" (2 Petro 3:9).

Ukweli huo wa ajabu ni usawazisho kwa mkazo mkuu ambao Paulo amekuwa akiuweka juu ya ukuu wa Mungu (tazama, k.v., Warumi 9:6–26). Ingawa kweli hizo mbili zinaonekana kukanushana kwa akili zetu zenye kikomo, chaguo kuu la Mungu la kila mtu ambaye ameokoka, katika akili yake isiyo na kikomo, linapatana kikamilifu na ahadi yake kwamba yeyote anayemwamini hatakatishwa tamaa.[2]

—John MacArthur

C. Mungu akitekeleza na kuhitimisha mpango wake wa wokovu (sehemu ya I, B na I, C)

Sehemu hii inashughulika na Mungu kuutekeleza mpango wake wa wokovu. Liongoze darasa lako kupitia hatua zifuatazo za wokovu. Zingatia kwamba kila hatua inahusisha uanzilishi wa Mungu. Mungu anauanzisha, Mungu anautekeleza, na Mungu anauhitimisha mpango wake:

- ▶ Mungu anamwita mtu kwenye wokovu—Warumi 8:29–30

- ▶ Mungu humvuta mtu kwake—Yohana 6:44

- ▶ Roho Mtakatifu humsadikisha mtu kuhusu dhambi—Yohana 16:8– 9

- ▶ Mungu huwajalia watu toba— 2 Timotheo 2:25; Matendo 11:18

- ▶ Mungu humpa mtu imani ili aamini— 2 Petro 1:1; Wafilipi 1:29; Waefeso 2:8–9

- ▶ Mungu humhesabia haki muumini—Warumi 4:25–5:1

- ▶ Roho Mtakatifu huosha na kuhuisha—Tito 3:5

- ▶ Mungu anaahidi kutukuza—Warumi 8:30; Wafilipi 3:20–21

Sisitiza kwamba kila kipengele cha wokovu wa mtu ni kazi ya Mungu.

D. Sehemu ya mwanadamu katika wokovu

Sehemu ya mwanadamu katika mchakato wa wokovu ni kuitikia tu mwito wa Mungu.

Jambo pekee ambalo mtu anaweza kulifanya litakalokuwa na sehemu yoyote katika wokovu ni kutekeleza imani katika yale ambayo Yesu Kristo amemfanyia.

Tunapokubali kazi iliyokamilika ya Kristo kwa niaba yetu, tunatenda kwa imani inayotolewa na neema ya Mungu. Hilo ndilo tendo kuu la imani ya kibinadamu, tendo ambalo, ingawa ni letu, kimsingi ni la Mungu, karama yake kwetu kutokana na neema yake. Mtu anapopaliwa au kufa maji na kuacha kupumua, hakuna kitu anachoweza kufanya. Ikiwa atawahi kupumua tena itakuwa ni kwa sababu mtu mwingine atamwanzisha kupumua. Mtu ambaye amekufa kiroho hawezi hata kufanya uamuzi wa imani isipokuwa Mungu kwanza ampumulie ndani yake pumzi ya uzima wa kiroho. Imani ni kupumua tu ile pumzi ambayo neema ya Mungu hutoa. Hata hivyo, kweli kinzani ni kwamba ni lazima tuitekeleze na kuwajibika ikiwa hatutafanya hivyo (ling. Yn. 5:40).[3] —John MacArthur

---

[2] Nukuu kutoka The MacArthur New Testament Commentary series: Romans 99–16 (Moody), © 1999 by John MacArthur
[3] Nukuu kutoka The MacArthur New Testament Commentary series: Ephesians (Moody), © 1986 by John MacArthur

Mpito: Zingatia kwamba kwa mtazamo wa mwanadamu, wokovu utaambatana na kujutia dhambi (Luka 18:13) na kukiri kwa Kristo kama Bwana (Warumi 10:9-10). Hili linatupeleka kwenye mjadala juu ya kubadilishwa kwa kweli na alama za muumini wa kweli.

3. Kubadilishwa (sehemu ya II)

Kubadilishwa huanza wakati Mungu anapoanzisha mwito au kumvuta mtu kwake (Yohana 6:44). Mvuto huu unafanana na ule wa wavu (Yohana 21:6) jinsi mtu anavyovutwa na nguvu za ndani na msukumo wa kiungu. Mungu huwafikia na kuwavuta watu kwake kulingana na mapenzi yake mema. Anafanya hivi, bila shaka, kupitia kuhubiriwa kwa injili au kusomwa kwa Neno lake, na kusadikishwa kwa dhambi kupitia Roho Mtakatifu.

Uliza, *Kuna tofauti gani kati ya mwito wa nje wa injili, ambao wengi wanaweza kuusikia, na mwito wa ndani wa injili, ambao Bwana anautumia kuwabadilisha watu?* Jibu: Wengi wanaweza kusikia ujumbe wa injili, lakini ni wachache tu watakaoitikia kusadikishwa kwa ujumbe huo mioyoni mwao Mungu anapowavuta kwake.

Kuuweka ujumbe wa injili ndani yako kunaanza kwa kusadikishwa na utambuzi kwamba ubainishaji wa injili wa hali yetu ya kiroho ni wa kweli. Kubadilishwa kwa kweli kunahusisha kusadikishwa na kujutia dhambi yako mbele za Mungu mtakatifu na huandamana na hamu ya kutubu, kuacha dhambi yako, na kumfuata Kristo. Ili kuzifikisha hoja hizi kisawasawa, hakiki sehemu za II, A hadi II, C za somo, na kujadili asili ya kusadikishwa wa kweli wa dhambi, toba, na imani.

A. Asili ya kusadikishwa kwa kweli kwa dhambi na toba (sehemu ya II, A hadi II, C)

Toba ya kweli ni zaidi ya kuwa na hisia mbaya juu ya dhambi yako. Toba ya kweli inahusisha badiliko la akili, majuto kwa ajili ya dhambi, na hatimaye "kugeuka kutoka katika dhambi na kumgeukia Mungu."

> ► Toba ya kweli inahusisha huzuni ya kiungu juu ya dhambi—hakiki sehemu ya II, B.

> ► Toba ya kweli inahusisha kumgeukia Kristo na kumkiri kuwa Bwana—hakiki sehemu ya II, C.

B. Asili ya imani ya kweli inayookoa (mwisho wa sehemu ya II, C)

Imani ina maana ya kumwamini, kujishikilia kwake au kumkumbatia Yesu Kristo, ambaye ndiye mlengwa wa imani yetu. Kama itakavyoonekana katika sehemu ya III ya somo hili, imani ya kweli inadhihirishwa kwa matendo mema (Yakobo 2:19).

C. Matokeo ya kubadilishwa kwa kweli (sehemu ya II, D)

Kubadilishwa kwa kweli humsababisha mtu kuinuliwa kutoka katika mzigo wa kuwa mtumwa wa dhambi (Yohana 8:34) na kufanyika kuwa mtumwa wa haki (Warumi 6:18). Jadili ukweli huu muhimu na darasa.

Zingatia: Shughulikia ukweli kwamba hii haimaanishi kwamba Wakristo hawatatenda dhambi. Wakristo wataendelea kutenda dhambi; ni pambano la mwili wenye dhambi dhidi ya asili mpya ya Mkristo (Warumi 7:15–25). Hata hivyo, Mkristo hatatamani kutenda dhambi na hataifurahia. Alama inayotofautisha ni yale mapambano dhidi ya dhambi. Je, mtu huyo anampenda Kristo na kuichukia dhambi?

4. Ushahidi wa wokovu (sehemu ya III)

Sehemu hii inakusudiwa kuwapa changamoto wanafunzi kuhusu uhalali wa wokovu wao. Wokovu wa kweli haukosi kamwe imani ya kweli, upendo, na tumaini. Hakiki sehemu hii, ukizingatia kwamba:

> ► Imani ya kweli daima itakuwa na alama ya matendo mema na itajaribiwa kwa majaribu.

▸ *Upendo* wa kweli utadhihirika katika matendo mema kwa wengine.

▸ *Tumaini* la kweli litastahimili hadi mwisho.

5. Utekelezaji (sehemu ya IV)

A. Usalama wa wokovu

Hitimisha somo kwa kurejelea Warumi 8:29–30 na kuwaomba wanafunzi watafakari juu ya ukweli kwamba wokovu wao ni kazi ya ukuu wa Mungu na hivyo ni salama:

▸ Kulindwa na uweza wa Mungu—1 Petro 1:3–5

▸ Mungu atamaliza alichoanza—Wafilipi 1:6

▸ Unaweza kujua kwamba una uzima wa milele— 1 Yohana 5:13

▸ Hakuna kinachoweza kukutenganisha na Mungu—Warumi. 8:38–39

Wokovu wako sio wako hata ukaupoteze:

▸ Mungu alikuchagua tangu asili uokoke.

▸ Mungu amekuita na kukuvuta kwake.

▸ Mungu amekusadikisha kuhusu dhambi yako.

▸ Mungu amekupa imani ya kuamini.

▸ Mungu amekujalia toba.

▸ Mungu amekuhesabia haki.

▸ Mungu amekutia muhuri kwa Roho Mtakatifu (somo linalofuata).

▸ Mungu amekufanya kiumbe kipya.

▸ Mungu anaahidi kukutukuza.

Hoja: Muumini wa kweli katika Kristo hawezi kuupoteza wokovu wake.

B. Itikio letu

Kufikia hapa katika darasa, tunaomba kuwe kumeshawekwa mazingira ya kweli ya uwazi. Waalike wanafunzi kushiriki itikio lao kwa Zaburi 116:16–17.

Hatuwezi kuelewa Mungu alivyotuchagua kwa ajili ya wokovu ila tunaweza tu kumshukuru kwa ajili ya "huruma zake kuu alizotumiminia sisi katika Mwanawe Mpendwa" (Efe 1:6). Tunaweza tu kuamini na kushukuru milele kwamba tuliitwa "kwa neema ya Kristo " (Gal. 1:6) na kwamba "kwa maana akishawapa watu karama, Mungu haziondoi, wala wito wake." (Rum. 11:4)[4]

—John MacArthur

---

[4]Nukuu kutoka The MacArthur New Testament Commentary series: Romans 1 –8 (Moody), © 1999 by John MacArthur

Jitayarishe kwa Zoezi Lako

1. Pakua ujumbe #7, "Mjazwe na Roho." kutoka www.gty.org/fof.

2. Tumia daftari lako kuandikia kumbukumbu za ujumbe.

3. Yafanyie kazi maswali na mazoezi kwenye kurasa zifuatazo.

- - -

Hifadhi akilini Yohana 14:16

Nami nitamwomba Baba, naye atawapa Msaidizi mwingine akae nanyi milele.

- - -

Roho Mtakatifu ni Mungu. Biblia inamtambulisha kuwa mmoja wa Nafsi tatu zilizopo kama Mungu mmoja—yaani, Mungu Baba, Mungu Mwana, na Mungu Roho Mtakatifu. Katika somo hili: tutajifunza Roho Mtakatifu ni nani na uwepo wake na huduma yake ni nini katika maisha ya muumini.

I. ROHO MTAKATIFU NI NAFSI

A. Anatambulika kama nafsi

Viwakilishi vya kibinafsi kama vile "Yeye" au "Naye" vinatumiwa kumrejelea Roho Mtakatifu badala ya "hiyo." Orodhesha ni mara ngapi "Yeye" au "Naye" vimetumika katika Yohana 14:17 kumrejelea Roho Mtakatifu.

B. Sifa za Nafsi

1. Uwezo wa kiakili. Ana uwezo wa kujua na kuelewa uhalisi

a. Warumi 8:27: Roho Mtakatifu ana akili

b. 1 Wakorintho 2:10 Roho Mtakatifu huchunguza vyote, hata vilindi vya Mungu

c. 1 Wakorintho 2:11: Roho Mtakati anayajua mawazo ya Mungu

2. Hisia. Ana uwezo wa kupata hisia.

Rekodi hisia inayohusishwa na Roho Mtakatifu katika Waefeso 4:30. huzuni

3. Hiari. Ana uwezo wa kuamua au kutenda kwa uamuzi.

Orodhesha uamuzi au hukumu ambapo Roho Mtakatifu anaonyesha sifa yake ya hiari.

a. 1 Wakorintho 12:7, kama apendavyo

b. Matendo 13 kuwatenga Barnaba na Sauli kwa ajili ya kazi maalum na huduma

II. ROHO MTAKATIFU NI MUNGU

A. Sifa

Roho Mtakatifu: Sifa za Uungu		
Mjuzi wa yote	Ajuaye yote	Isaya 40:13–14
Kuwepo kila mahali	Yupo kila mahali	Zaburi 139:7
Wa Milele	Bila mwanzo wala mwisho	Waebrania 9:14
Ukweli	Uadilifu; uaminifu	1 Yohana 5:7; Yohana 16:13

B. Kauli za uungu

1. Andika kauli muhimu inayoonyesha kwamba Roho Mtakatifu ni Mungu (2 Wakorintho 3:17).

   "Bwana ni Roho."

2. Kulingana na Matendo 5:3–4, kumdanganya Roho Mtakatifu ni sawa kumdanganya Mungu

III. KAZI YA ROHO MTAKATIFU

A. Kulingana na Zaburi 104:30, Roho Mtakatifu anafanya kazi katika uumbaji.

B. Petro wa Pili 1:20–21 inatwambia kwamba Roho Mtakatifu pia alikuwa akitenda kazi katika

   unabii: uvuvio wa Maandiko.

Roho Mtakatifu Hutoa Ushahidi Kumhusu Kristo	
Anathibitisha kwamba Yesu ndiye Kristo	Yohana 15:26
Atamfichua ama kumfunua Kristo	Yohana 16:14
Hatajizungumzia yeye mwenyewe	Yohana 16:13

IV. KAZI YA ROHO MTAKATIFU

Mojawapo ya maeneo muhimu zaidi ya kazi ya Roho ni kuhusiana na mpango wa Mungu wa wokovu.

A. Ni kazi gani maalum ambayo Roho Mtakatifu hufanya (Yohana 16:7–8)?

   kuusadikisha ulimwengu kuhusu dhambi na haki na hukumu

B. Wenye dhambi huzaliwa na nani katika ufalme wa Mungu (Yohana 3:5–8)? Roho Mtakatifu.

C. Roho hufanya kazi gani mtu anapookoka?

   1. Tito 3:5–6 _______________ kuhuisha na kufanya upya _______________

   ____

   2. 1 Wakorintho 12: _____ maana kwa Roho mmoja sisi sote tulibatizwa kuwa mwili mmoja." _____

   ____

Ubatizo wa Roho hufanyika mara moja tu—wakati wa wokovu.

D. Roho Mtakatifu anadhaminia vipi wokovu wa muumini (Waefeso 1:13–14)?

   "Ninyi pia mliingia ndani ya Kristo mliposikia Neno la kweli, Injili ya wokovu wenu. Mkiisha kuamini, ndani yake mlitiwa muhuri, yaani, Roho Mtakatifu mliyeahidiwa, yeye ambaye ni amana yetu akituhakikishia urithi wetu hadi ukombozi wa wale walio milki ya Mungu kwa sifa ya utukufu wake."

Kutiwa Muhuri kwa Roho Mtakatifu[1]

Muhuri ulikuwa kifaa cha kale, kwa kawaida pete ya muhuri au silinda iliyochongwa jina la mmiliki au kwa nakshi fulani. Uliitumiwa kutia muhuri bidhaa, kuonyesha umiliki, kuthibitisha uhalisi wa hati, au kupiga chapa aina ya awali ya alama ya biashara.

Muhuri unaonyesha umiliki na usalama. Ndio dhamana ya baraka zijazo. Uwepo wa Roho Mtakatifu katika maisha yetu ni ahadi ya Mungu ya urithi wetu katika siku zijazo! Ni uhakikisho wa ajabu.

V. HUDUMA YA ROHO MTAKATIFU KATIKA MAISHA YA MUUMINI

A. Kuna uhusiano gani kati ya Roho Mtakatifu na muumini (Warumi 8:9)?
   _______________ Roho wa Mungu anakaa ndani yenu." _______________

B. Je, inawezekana kuwa Mkristo na Roho Mtakatifu asiishi ndani yako? _____ Hapana _____

C. Ni huduma gani nyingine ya Roho Mtakatifu katika maisha ya muumini (1 Wakorintho 2:12–13)?
   _______________ Anatufundisha mambo ya Mungu. _______________

---

[1] Maelezo ya muhuri yamechukuliwa kutoka *The Zondervan Pictorial Encyclopedia of the Bible*, Volume 5, ed. Merrill C. Tenney, © 1975, 1976 by The Zondervan Corporation. Inatumika kwa ruhusa.

D. Ni mahimizo gani yanayotolewa kwa waumini wote kuhusiana na Roho?

1. Waefeso 4:30 _______ "Msimhuzunishe Roho Mtakatifu wa Mungu." _______

2. 1 Wathesalonike 5:19 _______ "Msimzimishe Roho." _______

3. Waefeso 5:18 _______ "Mjazwe Roho." _______

Kujazwa na Roho Mtakatifu

Kujazwa na Roho Mtakatifu ni kuwa chini ya utawala wake kamili na udhibiti . . . . Kujazwa na Roho kunahusisha kukiri dhambi, kusalimisha mapenzi, akili, mwili, wakati, kipaji, mali, na tamaa. Kunahitaji kifo cha ubinafsi na kuua utashi . . . Kujazwa na Roho wa Mungu ni kujazwa na Neno lake. Na tunapojazwa na Neno la Mungu, linadhibiti mawazo na matendo yetu.[2] —John MacArthur.

E. Mkristo anaepukaje kutenda dhambi (Wagalatia 5:16)?

_______________________ enendeni kwa Roho _______________________

F. Muumini anapojazwa na Roho Mtakatifu, atadhihirisha tunda la Roho. Soma Wagalatia 5:22–23 uorodheshe sifa hizi hapa chini:

1. upendo   6. wema

2. furaha   7. uaminifu

3. amani   8. upole

4. subira   9. kujidhibiti

5. fadhili

Je, unazidhihirisha sifa hizo katika maisha yako?

---

[2] Nukuu kutoka The MacArthur New Testament Commentary series, *Ephesians* (Moody), © 1986 by John MacArthur.

VI. UTEKELEZAJI

Katika 1 Wakorintho 6:19-20, mtume Paulo anaandika: "Je, hamjui ya kwamba miili yenu ni hekalu la Roho Mtakatifu akaaye ndani yenu, ambaye mmepewa na Mungu? Ninyi si mali yenu wenyewe, kwa maana mmenunuliwa kwa gharama. Kwa hiyo mtukuzeni Mungu katika miili yenu?"

A. Je, hilo lina umuhimu gani kwako?

(Majibu Yatatofautiana)

____

____

____

B. Unahitaji kufanya nini ili kumtukuza Mungu katika mwili wako?

(Majibu Yatatofautiana)

____

____

____

MALENGO YA SOMO LA 7

1. Kumsisitizia mwanafunzi kwamba Roho Mtakatifu ni nafsi.

2. Kumpa mwanafunzi ufahamu wa uungu wa dhati wa Roho Mtakatifu.

3. Kuuelezea Utatu.

4. Kutoa maelezo ya jumla ya nafasi ya Roho katika maisha ya Mkristo.

MPANGILIO WA DARASA KWA SOMO LA 7

1. Chunguza ushahidi wa kibiblia kwa nafsi ya Roho Mtakatifu.

2. Tazama kwa ufupi uungu wa Roho Mtakatifu na utangulize fundisho la Utatu

3. Itazame huduma ya Roho Mtakatifu, ikijumuisha kutia muhuri, ubatizo, na ujazo wa Roho Mtakatifu.
Zingatia: Ahirisha maswali kuhusu karama za kiroho hadi somo la #10.

MASWALI YA KAWAIDA KUTOKA KATIKA SOMO LA 7

Itakuwaje nafsi tatu tofauti kuwa Mungu mmoja?

Kuna tofauti gani kati ya ubatizo wa Roho Mtakatifu na ujazo wa Roho Mtakatifu?

Zingatia: Roho wa neema—Waebrania 10:29; Baba anaitwa Mungu wa neema yote (1 Petro 5:10).

MPANGILIO WA KUFUNDISHA UNAOPENDEKEZWA KWA SOMO LA 7

1. Kupasha misuli moto

Tumia kumbukumbu zako kutokana na kusikiliza ujumbe juu ya Roho Mtakatifu ili kutathmini kile wanachobaki nacho wanafunzi kutokana na ujumbe uliorekodiwa. Uliza, *Je, ni umaizi gani kutoka kwa ujumbe wa mtandaoni wa somo hili ulioupata kuwa wa kuvutia hasa?*

2. Nenda sasa kuingia kwenye somo

Katika somo hili tutamtazama kwanza Roho Mtakatifu kama nafsi ya tatu ya Utatu. Yeye ni nafsi tofauti na Mungu Baba na Mwana, na bado ni Mungu kamili. Pili, tutaiangalia huduma ya Roho Mtakatifu katika uumbaji, katika uvuvio wa Maandiko, na katika mchakato wa wokovu. Hatimaye, tutamalizia kwa majadiliano kuhusu tofauti kati ya ubatizo wa Roho Mtakatifu na ujazo wa Roho Mtakatifu.

Kwanza, hebu tumtazame Roho Mtakatifu kama nafsi ya tatu ya Utatu wa Mungu.

3. Roho Mtakatifu ni nafsi (sehemu ya I)

Watu hawana shida kuelewa Roho Mtakatifu ni Mungu, kwa kuwa Roho Mtakatifu anarejelewa kama Roho wa Mungu (Mathayo 3:16). Hata hivyo, wanapata ugumu kuelewa kwamba Roho Mtakatifu ni nafsi. Kwa hiyo, ni muhimu kusisitiza kwamba Roho Mtakatifu ni nafsi huru, sio kile kinachotoka kwenye chanzo fulani au nguvu.

A. Roho Mtakatifu ni nafsi huru, tofauti na Baba na Mwana.

Waombe wanafunzi wako wasome Yohana 14:26 (sio katika somo) na waone kwamba kuna *Nafsi tatu tofauti* zinazotajwa —Roho Mtakatifu, Baba, na Kristo.

Hakiki mstari wa kuhifadhi akilini, Yohana 14:16 , na uzingatie kwamba Roho Mtakatifu anarejelewa kama msaidizi mwingine, *aliyetofautishwa na Kristo na Baba*, ambao pia wanatajwa katika mstari huo.

Waulize wanafunzi jibu lao kwa I, A. Uliza, *Je, kuna umuhimu gani kwamba Roho Mtakatifu anatajwa kama "Yeye" au "Huyo" na si "Hiyo"?*

B. Roho Mtakatifu anamiliki sifa za nafsi.

Jadili I, B, ukizingatia kwamba Roho Mtakatifu ana akili yenye uweza wa kufikiri, hisia na anaweza kuhuzunishwa, ana hiari inayoonyeshwa katika kufanya maamuzi kwake.

C. Roho Mtakatifu anaweza kuitikiwa (nyongeza ya somo).

Akiwa nafsi, Roho Mtakatifu anaweza:

- Kutiiwa —Matendo 10:19–21
- Kupingwa—Matendo 7:51
- Kudanganywa—Matendo 5:3
- Kutukanwa—Waebrania 10:29
- Kuhuzunishwa—Waefeso 4:30
- Kukufuriwa—Marko 3:28–29

D. Roho Mtakatifu hudhihirisha matendo ya nafsi (nyongeza ya somo).

- Hunena—Matendo 8:29
- Hufundisha— Yohana 14:26
- Husambaza karama za kiroho— 1 Wakorintho 12:11
- Huusadikisha ulimwengu kuhusu dhambi— Yohana 16:8
- Hutafuta— 1 Wakorintho 2:10
- Hushuhudia— Yohana 15:26
- Huongoza na kuelekeza—Matendo 16:6–7

4. Roho Mtakatifu ni Mungu (sehemu ya II).

Kama ilivyotajwa hapo juu, wanafunzi kwa kawaida hawana tatizo na Roho Mtakatifu kuwa Mungu; hata hivyo, ni vizuri kushughulikia taarifa hii kama utangulizi wa Utatu.

A. Sifa za uungu (sehemu ya II, A)

Chukua muda kulinganisha sifa za Roho Mtakatifu na sifa za Mungu (somo #3) na za Yesu Kristo (somo #4)

B. Kauli za uungu (sehemu ya II, B)

Zingatia ulinganishi katika Matendo 5:3–4 kwamba kusema uwongo kwa Roho Mtakatifu ni sawa na kusema uongo kwa Mungu.

C. Majina ya Kiungu (nyongeza ya somo)

Pia ni inasaidia kutambua kwamba Roho Mtakatifu anarejelewa kwa vyeo vilivyotengewa Mungu.

- ▶ Roho wa kweli —1 Yohana 5:6

- ▶ Roho wa uzima—Warumi 8:2
  Zingatia: Yesu anaitwa ukweli na uzima (Yohana 14:6).

- ▶ Maji ya uzima—Yohana 7:38 38–39
  Zingatia: Yesu anaitwa mkate ulio hai (Yohana 6:51); Baba anaitwa Baba aliye hai (Yohana 6:57).

- ▶ Roho wa utukufu—1 Petro 4:14
  Zingatia: Yesu anaitwa Bwana wa utukufu (1 Wakorintho 2:8); Baba anaitwa Baba wa utukufu (Waefeso 1:17).

- ▶ Roho Mtakatifu—Mathayo 1:18 (na mamia ya mara nyingine)
  Zingatia: Utakatifu ndiyo sifa ya Mungu inayorudiwa mara nyingi zaidi.

5. Utatu (nyongeza ya somo)

Kufikia hapa uungu wa Baba (somo #3), Mwana (somo #4), na Roho Mtakatifu (somo hili) umefundishwa. Pia, katika somo la #3 ilionyeshwa wazi kwamba kuna Mungu mmoja tu. Somo hili pia limefundisha kwamba Roho Mtakatifu ni nafsi huru, kama vile Baba na Mwana.

Kwa hiyo, japokuwa neno Utatu halipatikani katika Biblia, tukiyaweka pamoja yale ambayo tumejifunza kumhusu Mungu, fundisho la Utatu linafundishwa wazi katika Biblia: *Yupo Mungu mmoja aliye hai na wa kweli akiwepo milele katika Nafsi tatu, Baba, Mwana, na Roho Mtakatifu. Wao wanatoshana wote, wote ni wa milele, na wote ni wa asili moja (dhati ile ile), na kwa hiyo, kila mmoja anastahili ibada ile ile na utii.*

A. Uhakiki wa vifungu muhimu

- ▶ Yupo Mungu mmoja tu—Isaya 43:10; 45:22

- ▶ Lakini Mungu hujirejelea mwenyewe kwa wingi kama Sisi na Wetu—Mwanzo 1:26a; 3:22

- ▶ Baba ni Mungu—Yohana 6:27

- ▶ Kristo ni Mungu—Tito 2:13; Yohana 1:1, 14; 8:58

- ▶ Roho Mtakatifu ni Mungu—Matendo 5:3–4

- ▶ Watatu hawa wanatofautiana kila mmoja.

► Wakati wa ubatizo wa Kristo—Marko 1:10–11

► Kauli za Utatu—2 Wakorintho 13:14; 1 Petro 1:2; 1 Wakorintho 12:4–6; Mathayo 28:19

B. Kazi tofauti ndani ya Utatu

Mungu Baba, Mwana, na Roho Mtakatifu ni sawa kwa asili lakini tofauti katika kazi:

Mungu Baba	Ufunuo wote unatoka kwake, Yeye aliyejua tangu asili wokovu wetu na kudhihirisha upendo wake kwetu kwa kumtoa Mwana wake wa pekee.
Mungu Mwana	Mungu aliyefanyika mwili aliyejitoa mwenyewe kama dhabihu kwa ajili ya dhambi na sasa anafanya maombezi na upatanishi kati ya Baba na mwanadamu.
Mungu Roho Mtakatifu	Hukaa ndani ya muumini na hufanya kazi kumtakasa muumini kupitia kulitia nuru Neno la Mungu.

6. Kazi ya Roho Mtakatifu (sehemu ya III)

Sehemu za mwisho za somo zinahusu kazi na huduma ya Roho Mtakatifu. Sehemu hii inaangalia kazi ya Roho katika uumbaji, katika utoaji wa Maandiko, na katika kushuhudia nafsi na kazi ya Yesu Kristo. Kazi ya Roho Mtakatifu katika uvuvio wa Maandiko ilishughulikiwa katika somo #1, na jukumu la Roho Mtakatifu katika wokovu litaelezwa zaidi katika sehemu inayofuata. Kwa hiyo, katika sehemu hii unahitaji tu kuzingatia jukumu la Roho Mtakatifu katika uumbaji:

► Roho alitenda kazi katika uumbaji—Zaburi 104:29–30; Mwanzo 1:1–2

► Roho alitenda kazi katika kule kuzaliwa na bikira—Luka 1:35

7. Huduma ya Roho Mtakatifu katika wokovu (sehemu ya IV)

Sehemu hii inahusika na jukumu la utenda kazi ambalo Roho Mtakatifu huchukua katika mchakato wa wokovu. Unapaswa kueleza kila moja ya shughuli hizi. Nyingi zimeshughulikiwa katika somo, kama ilivyozingatiwa. Unapaswa kutilia maanani sana kule kukaa ndani mwetu, ubatizo, na kutiwa muhuri kwa Roho Mtakatifu.

A. Kuhusika kwa Roho Mtakatifu katika wokovu

► Kusadikishwa kuhusu dhambi—Yohana 16:7–8 (sehemu ya IV, A)

► Kukiri Kristo kama Bwana—1 Wakorintho 12:3

► Kuhuishwa—Tito 3:5–6 (sehemu ya IV, C, 1)

► Hukaa ndani ya muumini—Warumi 8:9 (sehemu ya V, A); pia 1 Wakorintho 3:16; 2 Wakorintho 6:16

► Ubatizo wa Roho Mtakatifu—1 Wakorintho 12:13 (sehemu ya IV, C, 2)

► Kutiwa muhuri kwa Roho Mtakatifu—Waefeso 1:13–14 (sehemu ya IV, D); pia 2 Wakorintho 1:21–22

► Utakaso—1 Petro 1:2

B. Ubatizo wa Roho Mtakatifu

Kuna kukanganyikiwa kwingi juu ya *ubatizo* wa Roho Mtakatifu na *ujazo* wa Roho Mtakatifu. Mara nyingi mambo haya mawili hukanganywa kana kwamba ni jambo moja. Sio jambo moja. Kwa hiyo, unahitaji kutofautisha kati ya mambo hayo mawili.

Zingatia: Ujazo wa Roho Mtakatifu unashughulikiwa katika sehemu inayofuata ya somo hili.

Ubatizo wa Roho Mtakatifu:

> ► Hufanyika mara moja wakati wa kubadilishwa—Waefeso 4:4–6
>
> ► Humweka muumini katika mwili wa Kristo—1 Wakorintho 12:13
>
> ► Huhusisha kumpokea Roho Mtakatifu kama muhuri na ahadi—Waefeso 1:13–14

Kubatiza kwa maana sisisi humaanisha "kutumbukiza" au "kuzamishwa ndani." Katika hali hii ina maana ya kuzamishwa katika Yesu Kristo, ambayo kwa maana sisisi ni kuunganishwa na Yesu Kristo. Kama tokeo lake, Wakristo wanakuwa chini ya uongozi wa Yesu Kristo na kuwekwa katika nafasi ya mapendeleo na baraka kutoka kwa Mungu.

Ni muhimu kuwafundisha wanafunzi:
> ► Kamwe hakuna amri ya Roho Mtakatifu kukaa ndani yako.
>
> ► Kamwe hakuna amri ya kutiwa muhuri na Roho Mtakatifu.
>
> ► Kamwe hakuna amri ya kubatizwa na Roho Mtakatifu.

Ubatizo katika Roho ni kitu ambacho Mungu hufanya, sio mwanadamu! Hata hivyo, tumeamriwa na Mungu tukajazwe na Roho—Waefeso 5:18. (Hili litajadiliwa katika sehemu inayofuata.)

C. Kutiwa Muhuri kwa Roho Mtakatifu

Wengi hawajatangulizwa kwa kutiwa muhuri kwa Roho Mtakatifu ni nini. Unahitaji kueleza kwamba kutiwa muhuri kwa Roho Mtakatifu ni sawa na utoaji wa Roho Mtakatifu wakati wa wokovu. Uwepo wa Roho Mtakatifu ndani ya maisha ya muumini ni ushahidi kwamba yeye ni wa Mungu. Hakikisha umeshughulikia ufafanuzi wa kutiwa muhuri kwa Roho Mtakatifu mwishoni mwa sehemu ya IV, D.

8. Huduma ya Roho Mtakatifu katika maisha ya muumini (sehemu ya V)

Sehemu ya mwisho ya somo inahusu huduma ya Roho Mtakatifu katika maisha ya Mkristo katika eneo la kufundisha au kuyatia nuru Maandiko, na katika kumwongoza Mkristo anapojitiisha kwa udhibiti wa Roho. Umakini katika sehemu hii utumike katika kujadili ujazo wa Roho Mtakatifu, ambao umeeleweka vibaya na wengi.

A. Ujazo wa Roho (sehemu V, D hadi V, F)

Tayari tumeshaona kile ambacho sicho kujazwa kwa Roho:

> ► Sio—kubatizwa na Roho Mtakatifu.
>
> ► Sio—kukaa ndani mwetu kwa Roho au kumpokea.
>
> ► Sio—kutiwa muhuri au kulindwa na Roho Mtakatifu.

Kujazwa na Roho Mtakatifu pia si uzoefu fulani wa kihisia; badala yake, ni *kujisalimu kwa udhibiti wa Roho.*

Waombe wanafunzi wasome Waefeso 5:17–19 (sehemu V, D) na wazingatie yafuatayo:

> ► Tumeamriwa kujazwa na Roho.

> ► Amri ipo katika wakati uliopo—kudumu katika kujazwa; muda baada ya muda.

> ► Maana kuu ya "kujazwa" ni "kudhibitiwa na" au "kubebwa na" Roho—kama fimbo inavyobebwa na kijito cha maji.

> ► Inalinganishwa na kulewa—au kuwa chini ya ushawishi wa.

B. Mtu hujazwaje na Roho?

Hakiki nukuu ya John MacArthur mwishoni mwa sehemu ya V, D, kuhusu "Kujazwa na Roho Mtakatifu."

Kujazwa na Roho kunahusisha kuungama dhambi na kujiloweasha kwa Neno la Mungu. Hii inapatana na ukweli kwamba kuenenda katika Roho na kuwa katika dhambi vipo kinyume moja kwa jingine (Wagalatia 5:16-17) na ukweli kwamba Mungu ametupa mapenzi yake yaliyofunuliwa katika Maandiko.

Linganisha Waefeso 5:18–22 na Wakolosai 3:16–18, ukizingatia kwamba ni vifungu sambamba. Tofauti pekee ni kwamba Waefeso huanza kwa amri, "Mjazwe Roho," na Wakolosai huanza kwa amri, "Neno la Kristo na likae kwa wingi ndani yenu. yenu." Hata hivyo, matokeo ni sawa. Kwa hiyo, <u>kujazwa na Neno la Mungu kunaleta matokeo sawa na kujazwa na Roho</u>.

Tamatisha sehemu hii kwa nukuu kutoka kwa John MacArthur:

> Kujazwa na Roho ni kuishi katika ufahamu wa uwepo wa kibinafsi wa Bwana Yesu Kristo, kana kwamba tumesimama karibu naye, na kuruhusu akili yake itawale maisha yetu. Ni kujijaza wenyewe kwa Neno la Mungu, ili mawazo yake yawe mawazo yetu, viwango vyake viwango vyetu, kazi yake kazi yetu, na mapenzi yake mapenzi yetu. Ufahamu wa Kristo unaongoza kwenye kufanana na Kristo.[1]
>
> —John MacArthur

9. Utekelezaji (sehemu ya VI)

Utekelezaji ni wa kiutendaji kabisa. Somo linawauliza wanafunzi kutafakari ukweli kwamba miili yao ni hekalu la Roho Mtakatifu (1 Wakorintho 6:19–20). Jadili majibu yao.

Pia, tafakari kuhusu matunda ya Roho katika sehemu ya V, E. Uliza darasa kujichunguza kama wanaona matunda haya maishani mwao.

---

[1]Nukuu kutoka The MacArthur New Testament Commentary series: Ephesians (Moody), © 1986 by John MacArthur

Jitayarishe kwa Zoezi Lako

1. Pakua ujumbe #8, "Kuomba Bila Kukoma." kutoka www.gty.org/fof.

2. Tumia daftari lako kuandikia kumbukumbu za ujumbe.

3. Yafanyie kazi maswali na mazoezi kwenye kurasa zifuatazo.

· · ·

Hifadhi akilini Wafilipi 4:6-7

Msijisumbue kwa jambo lolote, bali katika kila jambo kwa kuomba na kusihi pamoja na kushukuru, haja zenu na zijulikane na Mungu. Nayo amani ya Mungu, inayopita fahamu zote, itailinda mioyo yenu na nia zenu katika Kristo Yesu.

· · ·

Kusudi la maombi ni kuonyesha utii wetu kwa ukuu wa Mungu na imani yetu katika uaminifu wake. Sala ndio njia ambayo kwayo tunaeleza yote yaliyo mioyoni mwetu kwa Baba yetu wa mbinguni mwenye upendo na hekima. Maombi sio kumpa Mungu habari, kwa sababu Mungu anajua kila kitu. Maombi hutuleta katika ushirika wa kicho na Mungu, kumwabudu na kumkiri yeye kama mtoaji wa vitu vyote.

I. ASILI YA MAOMBI

A. Kwa muumini, maombi ni uzoefu wa kujifunza ambao lazima uendelezwe ili kuwa nidhamu ya kiroho.

1. Katika Luka 11:1, wanafunzi walimuuliza nini Yesu

_______________ Tufundishe kuomba. _______________

2. Soma Warumi 8:26

a. Kulingana na mtume Paulo, ni nani hutusaidia katika sala zetu?

Roho Mtakatifu: kwa sababu hatujui kuomba ipasavyo. Lakini Roho mwenyewe hutuombea kwa uchungu usioweza kutamkwa.

b. Kwa kuzingatia hilo, tunapaswa kufanya nini wakati hatuna

uhakika tutaombea kitu gani ? Tuombe na tueleze kutokuwa na uhakika kwetu kwa Mungu na kumwamini Roho atuombee.

B. Maombi ni mawasiliano na Mungu. Maandiko yanatwambia kwamba Mungu anajishughulisha sana na mapambano yetu ya kibinafsi.

1. Zaburi 34:15 inasema nini kuhusu Bwana Macho ya Bwana "huwaelekea wenye haki,na masikio yake yako makini kusikiliza kilio chao"

2. Daudi alileta nini mbele za Mungu katika maombi (Zaburi 142:2)? malalamiko yake; shida zake

3. Tunatiwa moyo vipi kumkaribia Mungu (Waebrania 4:16)? Basi na tukikaribie kiti cha rehema kwa ujasiri.

4. Ingawa tuna pendeleo la kuingia, andiko la Mhubiri 5:2 linashauri tahadhari gani?

siwe mwepesi kuzungumza,usiwe na haraka katika moyo wako kuzungumza. . . . maneno yako na yawe machache."

5. Je, 1 Petro 5:6–7 inawapa waumini faraja gani? Mtwikeni yeye fadhaa zenu zote, kwa maana yeye hujishughulisha sana na mambo yenu."

C. Maombi huleta matokeo. Yanaweza kubadilisha hali—na watu. Tunatiwa moyo kuomba tukitarajia matokeo.

1. Kanisa liliomba kwa ajili ya nani katika Matendo 12:5? Petro, aliyekuwa gerezani

2. Mungu alijibuje maombi yao (Matendo 12:7)? Ghafula malaika wa Bwana akatokea na nuru ikamulika mle ndani ya gereza. Yule malaika akampiga Petro ubavuni na kumwamsha, akisema, Ondoka upesi!" Mara ile minyororo ikaanguka kutoka mikononi mwa Petro

3. Kando na majibu, ni nini kingine ambacho Mungu huwapa wale wanaoomba (Wafilipi 4:6 –7)?

Nayo amani ya Mungu, inayopita fahamu

Maombi ya mwenye haki yana nguvu tena yanafaa sana. — Yakobo 5:16

II. DESTURI YA MAOMBI

A. Kote katika Biblia, Mungu huwatia moyo na kuwaamuru waumini kustahimili katika maombi.

1. Katika Luka 18:1, wanafunzi walifundishwa kwamba wanapaswa kuomba kila wakati na si?

wasikate tamaa.

2. Mapenzi ya Mungu ni nini kwa waaminio katika Kristo Yesu (1 Wathesalonike 5:17)?

Waombe bila kukoma.

3. Waumini wanapaswa kuomba lini (Waefeso 6:18)? Wakati wote

B. Katika Biblia, utagundua miongozo mingi ya kukusaidia kukuza desturi ya maombi.

1. Katika mfano huu katika Luka 11, Yesu aliwafundisha wanafunzi wake kutarajia nini ikiwa wangedumu katika maombi (Luka 11:5–10)?   Kila aombaye hupokea; naye atafutaye hupata; naye abishaye atafunguliwa." (kwamba maombi yao yangejibiwa)

2. Yesu anafundisha nini kama hitaji la kujibiwa maombi (Yohana 15:7)?

   "Ninyi mkikaa ndani yangu na maneno yangu yakikaa ndani yenu, ombeni lolote mtakalo, nanyi mtatendewa."

3. Kulingana na 1 Yohana 5:14, tuna uhakika gani tunapoomba?

   "kwamba kama tukiomba kitu sawasawa na mapenzi yake, atusikia."

Kielelezo cha Yesu cha Maombi: Mathayo 6:9–14	
Mwombeni Mungu	Baba yetu uliye mbinguni
Mtukuzeni, mkisema	Jina lako litukuzwe
Jitiisheni kwake, mkiomba	Ufalme wako uje.Mapenzi yako yafanyike
Mtazameni yeye, mkitafuta	Utupatie Mkate wetu wa kila siku (riziki)
Ungameni kwake, mkisihi	Utusamehe deni zetu
Mtegemeeni, mkiomba	Usitutie majaribuni
Mwaminini, mkiomba	Bali utuokoe kutoka kwa yule mwovu

C. Tazama mistari ifuatayo na uorodheshe baadhi ya vizuizi vya kujibiwa maombi.

1. Zaburi 66:18 Kama ningekuwa nimeyaficha maovu moyoni mwangu .Bwana asingekuwa amenisikiliza.

2. Yakobo 4:3 Mnaomba kwa nia mbaya, ili mpate kuvitumia hivyo mtakavyopata kwa tamaa zenu."

3. Isaya 59:1–2 maovu yenu yamewatenga ninyi na Mungu wenu,dhambi zenu zimewaficha ninyi uso wake,ili asisikie."

<table>
<tr><td colspan="1" align="center">Maeneo Manne Muhimu ya Maombi</td></tr>
</table>

Kuabudu.............. Mtafakari Mungu Mwenyewe. Msifuni kwa sifa zake, ukuu wake, na karama yake ya Kristo.

Ungamo .... Kubali kwa Mungu kwamba umetenda dhambi. Kuwa mwaminifu na mnyenyekevu. Kumbuka, anakujua na anakupenda.

Shukrani .... Mwambie Mungu jinsi unavyoshukuru kwa kila kitu alichokupa, hata mambo yasiyopendeza. Shukrani yako itakusaidia kuona makusudi yake.

Dua .... Fanya maombi maalum. Omba kwanza kwa ajili ya wengine kisha wewe mwenyewe.

Zingatia kwamba herufi za kwanza za maneno haya manne hufanyiza neno "KUSD."
Unaweza kutumia kifupi hiki kama mwongozo wa kudumisha usawa unapoomba.

III.UGUMU KATIKA MAOMBI

A. Maombi yanaweza kuwa kazi ngumu, lakini hilo lisituzuie kuomba, hata inapohitaji kujitoa.

1. Yesu aliomba kwa muda gani kabla ya kuwachagua mitume 12 (Luka 6:12)?

   Alikesha usiku kucha katika maombi.

2. Eleza mkazo wa Yesu alipokuwa akiomba akiutarajia msalaba (Luka 22:44)?

   "Naye akiwa katika maumivu makuu, akaomba kwa bidii, nalo jasho lake likawa kama matone ya damu yakidondoka ardhini."

3. Waumini wanapaswa kuwa waangalifu kufanya nini tunapojitolea kwa maombi (Wakolosai 4:2

   Kuwa makini; kuwa na mtazamo wa kushukuru.

B. Hata wakati tumekatishwa tamaa, bado tunaweza kumwendea Mungu kwa maombi.

1. Kwa nini Daudi alikatishwa tamaa katika Zaburi 13:1–2?

   Alifikiri Mungu alikuwa amemsahau.

2. Lalamishi la Daudi katika Zaburi 22:2 lilikuwa lipi?

   Ee Mungu wangu, ninalia mchana, lakini hunijibu ,hata usiku, sinyamazi. (Daudi alifikiri kwamba Mungu amemtelekeza.)

C. Maombi yanatawaliwa na ukuu wa Mungu, na kusudi lake huamua jibu lake kwa maombi yetu.

1. Soma 2 Wakorintho 12:7–9.

a. Paulo aliomba nini?   _kwamba Mungu angeuondoa "mwiba katika mwili"_

b. Aliomba kwa ajili yake mara ngapi?_tatu_

c. Je, alipokea kile alichoomba? Kwa nini? _Hapana. Mungu alisema, "Neema yangu inakutosha, kwa kuwa uweza wangu hukamilika katika udhaifu."_

2. Soma Marko 14:35–36.

a. Yesu aliuliza nini kwa Baba kuhusu "saa" yake ya kuteseka?

Kwamba Mungu "angemwondolea kikombe hiki."

b. Lakini alikuwa tayari kufanya nini? _Mapenzi ya Baba yake_

Tunga sala rahisi kwa kufuata kielelezo cha '' Maeneo Manne Muhimu ya Maombi.''

(Majibu Yatatofautiana)

Yakabidhi maombi yako kwa mpango wa Mungu wenye hekima na
upendo, ukikiri utayari wako wa kupokea jibu lake kwa shukrani.

NAFSI NA HUDUMA YA ROFO MTAKATIFU

MALENGO YA SOMO LA 8

1. Kueleza madhumuni ya maombi kwa lengo la kumhimiza mwanafunzi kuwa na muda katika maombi.

2. Kumfundisha mwanafunzi kiutendaji jinsi ya kuomba.

MPANGILIO WA DARASA KWA SOMO LA 8

1. Hakiki asili na kusudi.

2. Jadili masharti ya maombi yaliyojibiwa.

3. Kiutendaji, shughulikia jinsi ya kuomba na nini cha kuomba

4. Hakiki changamoto za maombi.

MASWALI YA KAWAIDA KWA SOMO LA 8

Kwa kuwa Mungu ni mkuu na vitu vyote vimeamriwa na yeye, na kwa kuwa Mungu ni mjuzi wa yote na anajua vitu vyote, basi kwa nini uombe?

Je, kuomba bila kukoma kunaonekanaje katika maisha ya muumini?

MPANGILIO UNAOPENDEKEZWA WA KUFUNDISHA KWA SOMO LA 8

1. Kupasha misuli moto

Tambua kwamba kuzungumza mmoja kwa mwingine katika darasa lako kunaweza kuchukua toni tofauti sana mara unapopendekeza kwamba ni wakati wa kumjumuisha Mungu katika mazungumzo. Kubali tangu mwanzo kwamba mara nyingi ni rahisi kuzungumza juu ya maombi kuliko kuomba kwenyewe. Pendekeza kwamba kufikia mwisho wa kipindi unatumaini watu watakuwa tayari kushiriki katika wakati wa kuzungumza pamoja na Mungu kutoka moyoni mwao.

2. Asili ya maombi (sehemu ya I)

Anza kwa kujadili aya tangulizi kwenye mwanzo wa somo. Zingatia nafasi maalum ambayo maombi huchukua katika kuendeleza ukaribu na Mungu. Eleza jinsi maombi huziweka nafasi zetu sawa ili zikaweze kupokea mapenzi yake kupitia Neno lake. Pia, jadili kusudi la maombi na kwamba maombi sio chaguo.

A. Kusudi la maombi

► Maombi humletea Mungu utukufu—Yohana 14:13

Ingawa hakuna kitu kinachomfaidi muumini zaidi ya maombi, kusudi katika kuomba lazima kwanza liwe kwa ajili ya Mungu, sio kwa ajili yake mwenyewe. Maombi ni, juu ya yote, fursa ya Mungu ya kudhihirisha wema wake na utukufu.[1]

—John MacArthur

► Maombi hutiisha mapenzi yetu kwa Mungu—Luka 22:42; Mathayo 6:10

---

[1] Nukuu kutoka The MacArthur New Testament Commentary series: Matthew 1 1-7 (Moody), © 1985 by John MacArthur

"Tunapoomba Mapenzi yako yatimizwe," tunaomba kwanza kabisa kwamba mapenzi ya
Mungu yafanyike kuwa mapenzi yetu. Pili, tunaomba kwamba mapenzi yake yatimizwe
kote duniani kama ilivyo (yanavyofanywa)
mbinguni.[2]
—John MacArthur

- ► Sala huleta amani; Wafilipi 4:6–7

- ► Tunaomba kutubu dhambi; 1 Yohana 1:9

- ► Tunaomba kumtwika Mungu mizigo yetu; 1 Petro 5:6–7 (sehemu ya I, B)

- ► Sala ina uweza; Yakobo 5:16–18 (mwisho wa sehemu ya I, C)

Swali: *Kwa nini uombe ikiwa Mungu ni mkuu na mambo yote yameamriwa na yeye?* Jibu: Mungu
haagizi rasmii miisho tu (matokeo) bali pia njia (mbinu), na njia mojawapo anayoiagiza rasmi ni
maombi. Kwa kuomba, hatubadili mawazo ya Mungu kama vile tunavyojiweka sawa na mapenzi yake.
Kwa kuomba, tunatumiwa na Mungu ili kutimiza mapenzi yake ulimwenguni. Zaidi ya hayo, pia
inampa utukufu kwa kuonyesha utegemezi wetu kwake.

B. Maombi sio chaguo.

- • Yesu aliomba; Yeye ndiye kielelezo chetu—Mathayo 14:23; Luka 5:16; 6:12

- • Tumeamriwa kuomba nyakati zote zote—1 Wathesalonike 5:17; Waefeso 6:18 (sehemu ya
  2, A)
  Kuomba wakati wote ni kuishi katika ufahamu mwendelevu wa Mungu, ambapo kila kitu
  tunachokiona na kupitia kinakuwa aina ya sala, tukiishi katika ufahamu wa
  kina wa Baba yetu wa mbinguni na kujisalimisha kwake.[3]

—John MacArthur

3. Desturi ya maombi (sehemu ya II)

**Katika sehemu hii utashughulikia masharti yote mawili ya maombi yaliyojibiwa na kisha
kiutendaji jinsi ya kuomba. Tutaona** kwamba mtu anahitaji kuomba sawa sawa na mapenzi ya
Mungu, ambayo hujumuisha kuungama dhambi.

A. Masharti ya kujibiwa maombi

Yapo masharti ikiwa maombi ya mtu yatajibiwa. Kwanza, ni lazima mtu kudumu katika Kristo na
kuomba sawa sawa na mapenzi yake. Pili, mtu lazima asiwe amef, ficha dhambi; mtu lazima aziungame
dhambi zote na kuziacha (1 Yohana 1:9).

1. Ni lazima udumu katika Kristo na maneno yake lazima yadumu ndani yako—Yohana 15:7 (sehemu ya
   II, B, 2)

   - ► Wale wanaodumu katika Kristo ni wale wanaomkiri Kristo kama Bwana—1 Yohana 4:15

   - ► Kuwa watiifu na kujitolea kwa Neno la Mungu—1 Yohana 3:22

Zingatia: Mungu hana wajibu wa kujibu sala za wasiookoka.

---

[2]Nukuu kutoka The MacArthur New Testament Commentary series: Matthew 11–7 (Moody), © 1985 by John MacArthur
[3]Nukuu kutoka The MacArthur New Testament Commentary series: Ephesians (Moody), © 1986 by John MacArthur

2. Ni lazima uombe kulingana na mapenzi ya Mungu—1 Yohana 5:14 (sehemu ya II, B, 3)

 ► Omba yale yanayopatana na mapenzi ya Mungu kama yanavyofunuliwa katika Biblia

 ► Omba katika jina lake, sawa sawa na yeye alivyo—Yohana 14:13–14

 ► Omba kwa ajili ya kile kinachomletea Mungu utukufu—Yohana 14:13

 ► Omba ili kulinganisha mapenzi yako na mapenzi ya Mungu—Mathayo 6:10

Kuomba katika jina la Yesu ni kuomba kulingana na yeye alivyo, kwa lengo la kumletea utukufu. Ni kufuata mfano wa sala yake ya kielelezo. "Ufalme wako uje. Mapenzi yako yatimizwe, hapa duniani kama huko mbinguni" (Mt. 6:10), na mfano wake wa kujitiisha kwa unyenyekevu kwa mapenzi ya Baba wakati alipoomba katika Gethsemane, "Baba, kama ni mapenzi yako, uniondolee kikombe hiki." Lengo la maombi sio kutosheleza tamaa zetu za ubinafsi (ling. Yakobo 4:3), bali ni kupatanisha mapenzi yetu na makusudi ya Mungu.[4]

—John MacArthur

3. Vizuizi kwa maombi kujibiwa (sehemu ya II, C)

 ► Dhambi—Zaburi 66:18

 ► Nia mbaya—Yakobo 4:3

 ► Kutokuwa na imani—Yakobo 1:5–8

B. Jinsi ya Kuomba

Hii ni sehemu ya kiutendaji sana ya somo. Uangalifu wa kutosha unapaswa kutolewa kwenye chati inayoitwa "Mfano wa Yesu wa Maombi" na chati juu ya akrostiki ya Maneno Manne Muhimu katika maombi (zote zikiwa katika sehemu ya II).

1. Miongozo ya jumla ya maombi

 ► Omba kwa Baba; kwa njia ya Kristo; katika uweza wa Roho—Mathayo 6:9; Warumi 1:8; Waefeso 2:17–18

 ► Ikiwa hujui la kuombea, mwombe Roho Mtakatifu akuombee—Warumi 8:26 (sehemu ya I, A, 2)

 ► Maombi yanapaswa kuwa ushirika wa karibu sana na Mungu—Mathayo 6:6

 ► Usitumie marudio yasiyo na maana—Mathayo 6:7–8

 ► Usiwe na haraka; maneno yako yawe machache—Mhubiri 5:2 (sehemu ya I, B, 4)

2. Kielelezo cha Yesu cha Maombi (mwisho wa sehemu ya II, B)
   Kuwapa wanafunzi wako mfumo kwa ajili ya maombi yao ni muhimu. Wanafunzi walipomwomba Yesu awafundishe jinsi ya kuomba, hivyo ndivyo hasa Yesu alivyofanya. Aliwapa ile sala ya wanafunzi , ambayo nyakati nyingine inarejelewa kama Sala ya Bwana.

[4]Nukuu kutoka The MacArthur New Testament Commentary series: Matthew 11–7 (Moody), © 1985 by John MacArthur

Zingatia: Sala ya wanafunzi haikukusudiwa kuhifadhiwa akilini ili kusaliwa; bali kuhifadhiwa akilini kama mfumo wa maombi yetu. Hilo liko wazi tangu mwanzo, Kristo anaposema katika Mathayo 6:9a, *"Basi, ombeni hivi . . ."*

Hakiki muundo wa sala, ukitumia habari iliyo kwenye chati kama mwongozo.

Unapomfunza mwanafunzi katika sala hii, zingatia hoja kuu kama vile:

> ► **Baba Yetu**—Uliza, *Kwa nini neno "yetu" ni muhimu?* Jibu: Mungu ni Baba wa Wakristo wote. Kilicho bora kwako kinaweza kisiwe bora kwa kanisa zima. Ombea wema wa familia, sio tu wako wewe mwenyewe. Uliza, *Tunaweza kujifunza nini kutokana na neno "Baba"?* Jibu: Ukaribu na Mungu, sisi tu watoto wake; heshima; mamlaka; husuluhisha suala la utii, n.k.

> ► **Jina lako litukuzwe** —Uliza, *"Kutukuzwa" kunamaanisha nini?* Jibu: lio tengwa; takatifu. Tunapaswa kumcha Mungu. Tunapaswa kumsifu. *Uliza, Ni sifa gani nyingine unazoweza kuzifikiria ili kumsifu Mungu kwazo?* Zikariri sifa za Mungu mwanzoni mwa maombi yako; itaanda jukwaa kwa ajili ya salio la maombi yako. Kumbuka sifa za Mungu kutoka somo #3.

> ► **Ufalme wako uje**—Omba ufalme wa Mungu uje. Omba kwa kutazamia na kutumaini ujio wapili wa Kristo atakapotawala kwa utukufu. Ombea wokovu wa nafsi zitakazaoishi katika ufalme huo.

> ► **Mapenzi yako yatimizwe**—Uliza, *Mapenzi ya nani?* Jibu: Mapenzi ya Mungu. Omba ili mapenzi ya Mungu yatimizwe. Omba ili mapenzi yako yalingane na mapenzi yake. Ombea yale mambo yaliyo sawa sawa na mapenzi ya Mungu yaliyofunuliwa.

> ► **Utupe leo mkate wetu wa kila siku**—Hii ni dua kwa ajili ya mahitaji au vile vya lazima ili mtu kuishi. Tambua kwamba Mungu ndiye mpaji wako. Kumbuka yeye anakujali na anataka kuyatosheleza mahitaji yako.

> ► **Utusamehe madeni yetu**—Uliza, *madeni ni nini?* Jibu: dhambi. Hii ni sala ya kuungama. Ungama dhambi zako kwa Mungu (1 Yohana 1:9).

> ► **Usitutie majaribuni, bali utuokoe na uovu**—Huku ni kuwa na hamu ya kutotenda dhambi. Ni kutambua kwamba sisi tu dhaifu na hatutoshi kukabiliana na dhambi. Ni hamu ya mtu kujitiisha kwa Mungu na kuyapinga majaribu ya shetani (Yakobo 4:7)

> ► **Kwa maana ufalme ni wako na uweza na utukufu milele**—Maneno haya hayapatikani katika hati za kutegemewa zaidi. Hata hivyo, yanamwinua Mungu wetu mweza yote, yakihitimisha sala kwa neno la sifa.

3. KUSD: Maneno Manne ya Maombi

Kuhitimisha sehemu hii, hakiki chati, Maeneo Manne Muhimu Ya Maombi, iliyo mwishoni mwa sehemu II ya somo.

4. Ugumu wa maombi (sehemu ya III)

Maombi yanaweza kuwa kazi ngumu, na wakati mwingine ya kukatisha tamaa, kama inavyoelezwa na sehemu ya III ya somo.

A. Maombi yanaweza kukatisha tamaa (sehemu ya III, B).

Chukua muda kuongea kuhusu kuvunjika moyo kwa Daudi alipokuwa akimwomba Mungu. Waombe wanafunzi wasome majibu yao kwa sehemu ya III, B na kisha kwenda kwenye Zaburi 22:1 –28, mojawapo ya maombi ya Daudi. Zingatia mwendelezo katika sala ya Daudi:

► mistari 1–2 Daudi amekata tamaa na anashangaa kwa nini Mungu hajibu.

► mistari 3–6 Daudi anamtambua Mungu na kukumbuka uaminifu wa Mungu wa zamani. Daudi anapomfikiria Mungu, ananyenyekezwa.

► mistari 7–18 Daudi anammiminia Bwana mizigo yake.

► mistari 19–21 Daudi anamwita Mungu amsaidie na anaomba msaada.

► mistari 22–24 Daudi anasukumwa kumsifu Mungu kwa kuwa anajua kwamba Mungu anajali.

► mistari 25–28 Daudi anainuliwa.

Tunajifunza kwamba tunapokata tamaa, tunahitaji kumtambua Mungu kama msaada wetu, tukikumbuka jinsi alivyotutunza zamani. Tunahitaji kumtwika mizigo yetu. Hili linatupeleka kwenye kutiwa moyo na sifa.

B. Majibu ya maombi (sehemu ya III, C)

1. Maombi na ukuu wa Mungu

Maombi yanatawaliwa na ukuu wa Mungu na makusudi yake. Ijadili mifano ifuatayo pamoja na wanafunzi:

► Nyakati nyingine sala hujibiwa mara moja—Isaya 65:24

► Nyakati nyingine majibu huchelewa—Luka 18:7

► Bali tunahimizwa tuwe wavumilivu—Luka 18:1 (sehemu ya 2, A, 1)

► Nyakati nyingine majibu ni tofauti na yale yanayoombwa—2 Wakorintho 12:7–9 (sehemu ya III, C, 1)

2. Kudai kutoka kwa Mungu
Hili ni vuguvugu kubwa leo; yaani, kudai maombi ya mtu kutoka kwa Mungu. Jadili hili kwa kuzingatia:

► Ukuu wa Mungu (umejadiliwa hivi punde)

► Kuomba kulingana na mapenzi ya Mungu , au kupatanisha mapenzi yetu na mapenzi ya Mungu

► Kusudi kuu la maombi, ambalo ni kumletea Mungu utukufu

5. Utekelezaji (sehemu ya IV)

Wahimize wanafunzi kuhifadhi akilini sala ya wanafunzi na kuitumia kama mfumo wa maombi yao wenyewe. Wahimize waanze maombi yao kwa kumtambua na kumsifu Mungu, wakitafakari juu ya sifa zake, kabla ya kuendelea katika kuungama, kushukuru, na kufanya dua.

Jitayarishe kwa Zoezi Lako

1. Pakua ujumbe #9, "Mwili wa Kristo," kutoka www.gty.org/fof.

2. Tumia daftari lako kuandikia kumbukumbu za ujumbe.

3. Yafanyie kazi maswali na mazoezi kwenye kurasa zifuatazo.

· · ·

Hifadhi akilini Waebrania 10:24–25

Tuangaliane na kuhimizana sisi kwa sisi katika upendo na katika kutenda mema. Wala tusiache kukutana pamoja, kama wengine walivyo na desturi, bali tuhimizane sisi kwa sisi kadiri tuonavyo Siku ile inakaribia.

· · ·

I. KANISA LA ULIMWENGUNI KOTE

"Kanisa sio jengo lionekanalo, bali ni kundi la waumini; sio dhehebu, kikundi, au ushirika, bali ni Mwili wa kiroho. Kanisa sio shirika, bali ni ushirika, ushirika unaojumuisha waumini."[1]
—John MacArthur.

A. Soma Wakolosai 1:18 na Waefeso 5:23.

1. Nafasi ya Kristo ni ipi katika kanisa? _Yeye ndiye kichwa cha mwili (kanisa)._

2. Kanisa limeelezwa vipi? _Kama mwili wake_

B. Kristo alinunua kanisa kwa gharama gani (Matendo 20:28)? _Damu yake mwenyewe_

C. Mtu anakuwaje kiungo cha mwili wa Kristo?

1. Wakolosai 3:15: _Tumeitwa_ katika mwili.

2. 1 Wakorintho 12:13: _Tumebatizwa_ katika mwili.

II. KANISA LA MAHALI

Agano Jipya linaeleza jinsi waumini walivyokusanyika pamoja katika vikundi vidogo ili kumwabudu Kristo, kupokea mafundisho kutoka kwenye Maandiko, kukidhi mahitaji ya mmoja kwa mwingine, kuomba, na kufanya uinjilisti.

A. Kanisa la mahali kuonyeshwa

1. Waumini walikutana wapi kabla ya kuwa na majengo ya kanisa (Warumi 16:5; 1 Wakorintho 16:19)?

manyumbani

2. Walikutania siku gani ya juma (Matendo 20:7)?

siku ya kwanza ya juma.

[1]Nukuu imechukuliwa kutoka kwa Body Dynamics na John MacArthur, © 1982

3. Orodhesha mambo manne ambayo kanisa la kwanza lilijitolea kwayo (Matendo 2:42):

a. <u>kufundisha</u>   c. <u>Kumega mkate</u>

b. <u>ushirika</u>   d. <u>Maombi</u>

B. Kanisa la mahali kupangwa

1. Wanaume waliokirimiwa

Kulingana na Waefeso 4:11–12, Mungu alitoa aina nne za wanaume waliokirimiwa kwa kanisa. Ziorodheshe:

<u>mitume</u>   <u>wainjilisti</u>

<u>manabii</u>   <u>wachungaji/walimu</u>

Mungu aliwatoa wanaume hawa waliokirimiwa kwa kanisa ili kuwaandaa watakatifu kwa madhumuni gani (mstari 12)?

<u>"kwa kusudi la kuwakamilisha watakatifu kwa ajili ya kazi za huduma, ili kwamba mwili wa Kristo upate kujengwa"</u>

2. Wazee/waangalizi

Sifa za mzee au mwangalizi zimeelezwa katika 1 Timotheo 3:1–7 na Tito 1:6–9

a. Ni yapi majukumu makuu mawili ya mzee (1 Petro 5:1–2)?

   (1) <u>"Kulichunga kundi"</u>

   (2) <u>Tekeleza uangalizi</u>

b. Je, ni jukumu gani la waumini kwa wazee (Waebrania 13:17)?

<u>"Watiini viongozi wenu na kujitiisha kwao,</u>

Kwa nini? <u>kwa maana wao wanazilinda nafsi zenu kama watu watakaotoa hesabu. Waache wafanye hivyo kwa furaha na sio kwa huzuni, kwa maana hiyo haitakuwa na faida kwenu."</u>

3. Mashemasi

Neno shemasi linamaanisha "mtumishi." Mashemasi wanapaswa kuyahudumia mahitaji ya kundi chini ya uelekezi wa wazee wa kanisa. Sifa za mashemasi zimeelezwa katika 1 Timotheo 3:8-13.

4. Viungo vya Mwili

a. Je, Waebrania 10:25 inawaonya waumini wasipuuze nini?

<u>kukusanyika pamoja</u>

b. Waebrania 13:7 inatufunza kuhusu wale wanaotufundisha Neno la Mungu. Itikio letu linapaswa kuwa lipi? (Chagua jibu sahihi.)

❉ Tunapaswa kuwahimiza wengine kuja na kuwasikiliza.

❉ Hatupaswi kutumaini kuwa na aina ya imani waliyo nayo.

❉ **Tunapaswa kuyatazama maisha yao ya kitaua na kufuata kielelezo chao cha imani.**

c. Je, tunapaswa kutendaje kwa viungo vingine vya mwili (1 Wakorintho 12:25)?

"pasiwe na mafarakano katika mwili, bali viungo vyote vihudumiane kwa usawa kila kimoja na mwenzake"

5. Wale waliosimikwa kuhubiri na kufundisha wanapaswa kuhimiliwa kwa namna gani?

a. 1 Wakorintho 9:14 Bwana ameamuru kwamba wale wanaohubiri Injili wapate riziki yao kutokana na injili.

b. Wagalatia 6:6 Yeye afundishwaye katika neno na amshirikishe mwalimu wake mema yote.

III. USHIRIKA

Biblia inatumia neno la Kiyunani *koinonia* kuelezea ushirika katika mwili wa Kristo. Neno hilo linamaanisha "kushiriki pamoja na wengine katika kusudi moja." Kisawe cha Kilatini ni komunyo, kikielekeza kwenye ushirika unaoshirikiwa na waumini wengine pamoja pia na Mungu.

A. Umoja katika kanisa

1. Nini hamu ya Mungu kwa kila kanisa la mahali (1 Wakorintho 1:10)?

umoja katika imani

2. Soma Waefeso 4:2-3

Ni nini kitakachokuza umoja (mstari 2)?

"unyenyekevu wote na upole, mkiwa wavumilivu, mkichukuliana kwa upendo"

Wajibu wetu ni nini (mstari 3)? Jitahidini kudumisha umoja wa Roho katika kifungo cha amani.

3. Soma Wafilipi 2:1–4. Kipi muhimu katika kudumisha umoja katika mwili (mstari 3)

sitende jambo lolote kwa nia ya kujitukuza wala kujivuna, bali kwa unyenyekevu kila mtu amhesabu mwingine bora kuliko nafsi yake.

B. Ushirika na Mungu na waumini wengine

Maandiko yako wazi kwamba muumini anafurahia ushirika
na:

1. Mungu Baba (1 Yohana 1:3)

2. Mungu Mwana (1 Yohana 1:3)

3. Roho Mtakatifu (2 Wakorintho 13:14)

4. Waumini wengine (1 Yohana 1:7)

Hata hivyo, ushirika wa kweli hauwezekani na nani (2 Wakorintho 6:14–15)? Wasioamini

C. Ushirika unahusisha kuwahudumia waumini wengine.

1. Ushirika ndani ya mwili wa Kristo unahusisha kushiriki katika maisha ya kila mmoja wetu. Kulingana na kila mstari hapa chini, Wakristo wanapaswa kuhudumiana kwa jinsi gani?

   - Warumi 14:19 "Kujengana wao kwa wao"

   - Wagalatia 5:13 "Mtumikiane."

   - Wagalatia 6:2 "Mchukuliane mizigo na kuitimiza sheria ya Kristo kwa njia hiyo."

   - Yakobo 5:16 "Ungameni dhambi zenu ninyi kwa ninyi, na kuombeana."

2. Mungu amempa nini kila Mkristo ili kumsaidia kuwahudumia wengine katika kanisa (1 Petro 4:10–11)?

   karama maalum

IV. IBADA

Neno la Kiingereza kuabudu kiasili liliandikwa "kustahili," likimaanisha kutambua thamani ya mtu au kitu fulani. Tunaabudu tunapompa Mungu heshima kwa jinsi alivyo. Ibada hutambua Nafsi ya Mungu, asili yake, sifa zake na kazi zake. Inatokana na moyo wa shukrani na hutoa kusujudu, kujitolea, na kujitiisha kwa Mungu.

A. Mungu hutafuta waabudu halisi

Soma Yohana 4:23–24. Je, unapaswa kumwabudu Mungu kwa jinsi gani (mstari 24)?

katika roho na kweli.

> Ikiwa tunataka kumwabudu Mungu katika ukweli (sio kwa makosa), lazima tutafute
> kumjua kwa kujifunza kuhusu sifa na matendo yake.

B. Tunamwabudu Mungu kwa sababu yeye pekee ndiye anayestahili ibada yetu kuu.

Soma Ufunuo 4:10–11 na ujibu maswali yafuatayo.

1. Mungu anastahili kupokea nini? <u>utukufu, heshima, na uweza</u>

2. Kwa nini? <u>Kwa sababu Mungu aliumba vitu vyote</u>

C. Kumwabudu Mungu kunahusisha sifa.

Mtunga-zaburi alisema Mungu anapaswa kuabudiwa vipi (Zaburi 66:4)? <u>"Dunia yote yakusujudia, wanakuimbia wewe sifa, wanaliimbia sifa jina lako"</u>

D. Kumwabudu Mungu kunahusisha uchaji

1. Musa alifanya nini alipomwabudu Mungu (Kutoka 34:8)?

   <u>Aliinama kuielekea nchi.</u>

2. Kumcha Mungu kunadhihirishwa vipi katika mistari ifuatayo?

   a. Kutoka 34:8 <u>kuinamisha kichwa</u>

   b. Luka 7:1 –7 <u>kwa unyenyekevu; kutostahili mbele zake</u>

   c. Ufunuo 1:17 <u>kuanguka miguuni pake</u>

Njooni, tumwimbie Bwana kwa furaha;tumfanyie kelele za shangwe Mwamba wa wokovu wetu. Tuje mbele zake kwa shukrani,tumtukuze kwa vinanda na nyimbo. Kwa kuwa Bwana ni Mungu mkuu,mfalme mkuu juu ya miungu yote. Mkononi mwake mna vilindi vya dunia,na vilele vya milima ni mali yake. Bahari ni yake, kwani ndiye aliifanya,na mikono yake iliumba nchi kavu. Njooni, tusujudu, tumwabudu, tupige magoti mbele za Bwana Muumba wetu wetu— Zaburi 95:1–6

KANUNI YA UBATIZO

Ubatizo ulianzishwa na Bwana wetu na kutekelezwa na waumini wa pale mwanzo. Kama inavyofafanuliwa katika Maandiko, ubatizo ulikuwa tangazo la kujitambulisha kwa muumini pamoja na Yesu Kristo katika kifo, kuzikwa, na kufufuka kwake. Ni dhahiri, ubatizo ulitekelezwa na kanisa la pale mwanzo, na kwa hiyo, tunaamini kwamba agizo hili linapaswa kutekelezwa na kanisa leo.

KWA NINI KUBATIZA?

Tunabatiza kwa sababu:

- Ubatizo uliamriwa na Bwana wetu wetu—Mathayo 28:19
- Ubatizo ulitekelezwa na kanisa la pale mwanzo—Matendo 2:41; 8:26 –39; 10:44 –48; 16:31–33; 18:18

NANI ANAPASWA KUBATIZWA?

Katika Maandiko tunapata mifano ya wanafunzi (au wafuasi) wa Kristo, waumini, na wale waliompokea Roho Mtakatifu wakibatizwa:

- Wanafunzi (au wafuasi wa Kristo)— Mathayo 28:19
- Waumini—Matendo 2:41; 8:30–38; 16:33–34
- Wale waliompokea Roho Mtakatifu—Matendo 10:44-48

Kwa hiyo, tunahitimisha kwamba wale ambao wamemkiri Yesu Kristo kibinafsi kama Mwokozi na Bwana wao (yaani, Wakristo) wanapaswa kubatizwa.

NINI MAANA YA UBATIZO?

Ubatizo ni tangazo la utambulisho wa muumini na Kristo:

- Kutambulishwa na Kristo katika kifo chake—Warumi 6:3
- Utambulisho na Kristo katika kuzikwa kwake—Warumi 6:4a
- Kutambulishwa na Kristo katika ufufuo wake—Warumi 6:4b

Ubatizo ni ungamo "kwamba utu wetu wa kale ulisulubishwa pamoja naye" (Warumi 6:6) na kukiri kwamba kuanzia sasa tunaweza "kuenenda katika upya wa uzima" (Warumi 6:4b).

JE TUBATIZE VIPI?

Tunaamini kwamba mtu anapaswa kubatizwa kwa kuzamishwa kabisa katika maji:

- Neno *ubatizo* lilifanyiwa unukuzi kutoka kwa neno *baptizo*, likimaanisha "kufanya kuzidiwa kabisa; kutumbukiza, au kuzamisha"
- Ubatizo ulifanyika mahali palipokuwa na *maji mengi*—Yohana 3:23
- Walipobatiza *waliteremka kwenda kwenye maji* (Matendo 8:38) na *kuibuka kutoka kwenye maji* (Mathayo 3:16)

Pia, wakati wa kubatiza kwa kuzamishwa, taswira ya kuteremka kwenda kwenye maji na kuibuka kutoka kwenye maji inaashiria utambulisho wa muumini na kifo, kuzikwa, na ufufuo wa Kristo.

Je, umemkiri Yesu Kristo kama Bwana na Mwokozi? (Majibu Yatatofautiana)

Je, umebatizwa kama muumini? (Majibu Yatatofautiana)

KANUNI YA KOMUNYO

Meza ya Bwana, au Komunyo, ni mojawapo ya kanuni mbili zilizotolewa kwa kanisa na Yesu Kristo (nyingine ikiwa ni ubatizo). Meza ya Bwana ni tendo la ukumbusho wa kifo cha Kristo.

Soma 1 Wakorintho 11:23–26 na ujaze mapengo yaliyoachwa hapa chini.

1. Mkate ni ukumbusho wa   *mwili wake*

2. Kikombe ni ukumbusho wa   *damu yake*

3. Kila wakati unaposhiriki katika Komunyo, unatangaza kifo cha Bwana (1 Wakorintho 11:26). Kwa kuzingatia ukweli huu, ni onyo gani lililotajwa katika 1 Wakorintho 11:27–30?

Kwa hiyo, mtu yeyote alaye mkate huo au kukinywea kikombe hicho cha Bwana isivyostahili, atakuwa na hatia ya dhambi juu ya mwili na damu ya Bwana. Inampasa mtu ajichunguze mwenyewe, kabla ya kula mkate na kukinywea kikombe. Kwa maana mtu yeyote alaye na kunywa pasipo kuutambua mwili wa Bwana, hula na kunywa hukumu juu yake mwenyewe. Hii ndiyo sababu wengi miongoni mwenu ni wagonjwa na dhaifu na wengine wenu hata wamekufa.

VI. UTEKELEZAJI

A. Je, wewe ni kiungo cha mwili wa Kristo?

(Majibu Yatatofautiana)

B. Je, wewe ni mshiriki wa kusanyiko la mahali la Wakristo?

(Majibu Yatatofautiana)

C. Umejifunza nini kutokana na somo hili ili kuboresha ibada yako kwa Mungu

(Majibu Yatatofautiana)

KANISA: USHIRIKA NA IBADA

MALENGO YA SOMO LA 9

1. Kuelewa tofauti kati ya *kanisa la ulimwenguni kote na kanisa la mahali.*

2. Kumpa mwanafunzi seti ya miongozo ya kile cha kutafuta anapochagua kanisa.

3. Kumsihi mwanafunzi kushiriki na kuhudumu katika kanisa.

4. Kuelewa ibada katika kanisa, ikiwemo Komunyo.

MPANGILIO WA DARASA KWA SOMO LA 9

1. Fafanua uhusiano kati ya Kristo na kanisa lake.

2. Fafanua tofauti kati ya kanisa la ulimwenguni kote na kanisa la mahali.

3. Hakiki miongozo ya kibiblia ya kanisa linavyopangwa.

4. Tazama ushirika wa kweli na ibada ya kweli katika kanisa.

MASWALI YA KAWAIDA KWA SOMO LA 9

Miongozo ya kibiblia ni ipi wakati wa kuchagua kanisa?

Kusudi la kanisa ni lipi?

MPANGILIO WA KUFUNDISHA UNAOPENDEKEZWA KWA SOMO LA 9

1. Kupasha misuli moto

Anza kwa muda wa kushiriki ukiwauliza washiriki wa kikundi kushiriki uzoefu wao katika mwili wa Kristo. Uliza, *Je, baadhi ya hali zimekuwa zipi katika maisha yako wakati ulifikiria, "Sasa hivi ndivyo mwili wa Kristo unavyopaswa kuwa?" Je, tukio hilo liliangazia nini kwako kuhusu mwili wa Kristo?*

2. Kanisa la ulimwenguni kote (sehemu I)

Liulize darasa, Je, unafikiri tofauti ni gani kati ya kanisa la ulimwenguni kote na kanisa la mahali? Jibu: Kanisa la ulimwenguni kote ni mwili wa waumini wote, unaorejelewa kama mwili wa Kristo. Kanisa la mahali ni kundi dogo kiasi la waumini wanaokusanyika pamoja kuabudu, kushiriki, kupokea mafundisho kutoka kwenye Biblia, na kufanya uinjilisti katika eneo la mahali.

Unapojadili asili ya kanisa la ulimwenguni kote, zingatia dhana zifuatazo: Kanisa la Yesu Kristo sio shirika; ni kiumbehai. Sio jengo lenye ofisi; ni ushirika unaojumuisha waumini wote. Kanisa sio programu ya shughuli mbalimbali; ni mwili ulio na ukuaji binafsi. Kanisa halipaswi kuwa na zingatio kwenye utawala, bali linapaswa kuwa na zingatio la huduma. Kanisa ni watu: wanaoishi na wanaopenda, wakijifunza na kufanya kazi, wakiongoza na kufuata, pamoja kwa utukufu wa Yesu Kristo aliye kichwa.

Hakiki sehemu ya I ya somo, waambie wanafunzi wasome majibu yao kwa maswali katika sehemu ya I, A. Hii inapaswa kuongoza kwenye mjadala kuhusu mwili wa Kristo na mahusiano ya karibu katika mwili:

A. Kanisa linaonekana kama mwili wa Kristo

- ▶ Kristo ndiye kichwa—Waefeso 5:23 (sehemu ya I, A, 1)

- ▶ Mwili unajumuishwa na wale walioitwa na Mungu—1 Wakorintho 3:15 (sehemu ya I, C, 1)

- ▶ Kristo anabatiza muumini kwa Roho Mtakatifu na kumweka katika mwili wa Kristo—1 Wakorintho 12:13 (sehemu ya I, C, 2); pia tazama Luka 3:16; Yohana 1:33

- ▶ Kila muumini ana kazi ya kipekee katika mwili—1 Wakorintho 12:12–27.

Jadili umuhimu wa kila muumini kuhudumu katika kanisa ili mwili ufanye kazi jinsi Mungu alivyokusudia.

B. Kanisa linaonekana kama familia (nyongeza ya somo).

- ▶ Sisi sote tu watoto wa Mungu—Yohana 1:12

- ▶ Sisi sote ni ndugu na dada—1 Wakorintho 7:15

- ▶ Mungu ni Baba yetu; Kristo ni ndugu yetu—Waebrania 2:11

Jadili ukaribu wa familia na uhusiano wa baba-mwana/binti. Jadili utunzaji na utoaji wa baba kwa familia yake. Pia zungumzia heshima na utii anaostahili Baba. Hii ni picha moja ya kanisa la ulimwenguni kote.

Uliza, *Je, umewahi kuwa na ukaribu na umoja na waumini wengine ambao ulikuwa umekutana nao tu?*

3. Kanisa la mahali (sehemu ya II)

Kama ilivyotajwa hapo awali, kanisa la mahali ni kundi dogo la waumini wanaokusanyika pamoja kuabudu, kushiriki , kupokea mafundisho ya Biblia, na kueneza injili katika eneo la mahali. Kielelezo cha kanisa la mahali kinatengezwa kwa kuangalia vipaumbele na muundo wa kanisa la pale mwanzo wakati wa mitume.

A. Vipaumbele vya kanisa la pale mwanzo

Hakiki pamoja na wanafunzi wako majibu ya swali II, A, 3. Zungumza kuhusu umuhimu wa kila moja ya maeneo haya:

1. Kufundisha

Kanisa la pale mwanzo lilijitolea kwa mafundisho ya mitume:

- ▶ Mafundisho ya Neno la Mungu ni muhimu kwa ukuaji wa waumini wote—1 Petro 2:2

- ▶ Mungu alilipa kanisa wachungaji/walimu waliokirimiwa kwa ajili ya kuwatayarisha watakatifu— Waefeso 4:11–12 (sehemu ya II, B, 1)

2. Ushirika

Kanisa la pale mwanzo lilihusika katika maisha ya wao kwa wao, wakihudumiana wao kwa wao katika kifungo cha umoja. (Hili litaendelezwa katika sehemu inayofuata ya somo).

3. Komunyo (inayorejelewa pia kama kuumega mkate)

Kanisa la pale mwanzo halikusahau kamwe dhabihu ya Kristo. (Komunyo itashughulikiwa mwishoni mwa somo hili.)

4. Maombi

Wakati Kanisa la pale mwanzo lilipokutana, washiriki wake walijitolea kuomba pamoja na kuombeana (Yakobo 5:16). Hiki ndicho kiini cha kanisa: kumtambua Mungu kama kichwa na mpaji na kufungamanisha mwelekeo wa kanisa na mapenzi ya Mungu.

Uliza, *Je, vipengele hivi muhimu vya kanisa la pale mwanzo vinalinganishwa vipi na maisha ya kawaida katika kanisa la mahali leo? Je, ni nini, kama kweli kipo, kinakosekana au kutotiliwa maanani?*

B. Muundo wa kanisa la pale mwanzo

Sehemu hii inaangazia majukumu ya uongozi na washiriki wa kanisa.

1. Wanaume waliokirimiwa waliotolewa kwa kanisa

Waambie wanafunzi wasome majibu yao kwa swali la II, B, kuhusu wanaume waliokirimiwa kwa kanisa. Yafuatayo yanaweza kutumika kujalizia habari kuhusu watu hawa waliokirimiwa kwa njia maalum. (Hata hivyo, kukirimiwa kiroho kutashughulikiwa katika somo #10.)

- ► mitume—Mtume kwa tafsiri sisisi ni "aliyetumwa kwenye misheni." Kwa maana iliyobanwa hii ina maana ya wale Kumi na Wawili (Marko 3:16–19), pamoja na Paulo ambaye pia aliitwa mtume alipotengwa kwa namna ya kipekee kuleta injili kwa Mataifa (Wagalatia 1:15–17). Sifa za mtume zilijumuisha kuchaguliwa moja kwa moja na Kristo (Marko 3:13) na kuwa umemwona Kristo aliyefufuka (Matendo 1:22–24). Kwa hiyo, hakuna uwezekano wa mtu yeyote kuwa mtume katika kanisa leo. Hata hivyo, kwa maana pana zaidi, "mtume " linaweza pia kurejelea wengine ambao hawakuwa washiriki wa wale Kumi na Wawili na Paulo, lakini hata hivyo "walitumwa kwenye misheni." Wanajumuisha Barnaba (Matendo 14:4), Sila na Timotheo (1 Timotheo 2:6), na wengine (Warumi 16:7; 2 Wakorintho 8:23; Wafilipi 2:25).

- ► manabii—Nabii hutabiri au "huzihubiri " kweli za Mungu kwa watu wa Mungu. Kusudi la manabii, kama mitume, lilikuwa ni kuweka msingi wa ukweli wa kiungu ambao juu yake kanisa lingejengwa (Efe. 2:20). Baada ya kukamilika kwa Agano Jipya, ofisi ya unabii ilikoma.

- ► wainjilisti—Mwinjilisti ni mtu mwenye karama mahususi katika kuitangaza injili ya Yesu Kristo. Uinjilisti ni jambo ambalo Wakristo wote wanapaswa kufanya, lakini wengine wamekirimiwa zaidi katika hilo kuliko wengine.

- ► wachungaji/walimu—Mchungaji ni mtu anayewachunga, kuwatunza, na kuwalinda watu wa Mungu. Kufundisha ndiyo kazi ya msingi ya wachungaji. Kazi ya mchungaji/mwalimu ni kuhubiri Neno la Mungu kwa uaminifu (2 Tim. 4:2–4).

Kusudi la kwa nini Mungu aliwapa watu hawa waliokirimiwa kwa kanisa ni muhimu kushughulikia. Waambie wanafunzi wasome Waefeso 4:11–12. Jadili jibu la swali katika sehemu ya II, B, 1, b, ukizingatia mambo muhimu yafuatayo:

- ► Wanaume waliokirimiwa wanapaswa kuwatayarisha watakatifu kwa ajili ya *kazi ya huduma*.

- ► Uliza, *Watakatifu ni akina nani?* Jibu: waumini wote; washiriki wa kanisa.

- ▶ Uliza, *Tunaandaliwa kwa nini?* Jibu: Kufanya *kazi ya huduma* hata kujengeka kwa mwili wa Kristo.

- ▶ Uliza, *Ni nani anayewajibika kuujenga mwili wa Kristo?* Jibu: Watakatifu, sio wachungaji wa kanisa.

Uliza, *Ulipotafuta kanisa, je, ulitafuta kanisa ambalo ungeweza kutumika vyema na kutumia kukirimiwa kwako kwa kiroho?*

Uliza, *Je, unatazama darasa hili kama fursa ya kuandaliwa vizuri zaidi ili uweze kutumika kwa njia iletayo matokeo zaidi kanisani?*

2. Ofisi ya mzee/mwangalizi (sehemu ya II, B, 2)

Kama utangulizi wa utawala wa wazee, pitia vifungu vifuatavyo:

- ▶ Wazee walisimikwa katika kila kanisa—Matendo 14:23; Tito 1:5

- ▶ Wazee ni watawale—1 Timotheo 5:17

- ▶ Wazee wanapaswa kusimamia na kuchunga—1 Petro 5:1–2 (sehemu ya II, B, 2, a)

- ▶ Washiriki wanapaswa kutii na kujitiisha kwa viongozi wao—Waebrania 13:17

- ▶ Sifa za wazee zimeelezwa katika 1 Timotheo 3:1–7 na Tito 1:6–9

3. Ofisi ya shemasi (sehemu ya II, B, 3)
Mashemasi walikuwa wale walioyahudumia mahitaji ya kanisa, chini ya uelekezi wa wazee.

- ▶ Ofisi na sifa za mashemasi zimeelezwa katika 1 Timotheo 3:8–13.

- ▶ Mfano wa wanaume waliochaguliwa kuhudumu—Matendo 6:2–4

Zingatia: Unaweza kutaka kutoa sifa za mzee na shemasi kama kitini.

4. Viungo vya mwili (sehemu ya II, B, 4)

Ushirika wa kanisa unapaswa kusisitizwa hapa. Haitoshi kujitokeza kanisani siku za Jumapili, lakini kama Wakristo, tumeitwa kuwa sehemu ya kanisa la mahali kwa uaminifu ili tuweze kuhudumu kukirimiwa kwetu kiroho kwa ajili ya ukuaji wa mwili. Jadili wajibu wa ushiriki , na ueleze mchakato wa kuwa mshiriki katika kanisa lako mahususi.

Uliza, *Kanisa zuri linaonekanaje? Je, mimi nitalichagua vipi?* Jibu: Lipe darasa baadhi ya vigezo vya kuchagua kanisa. Kanisa linapaswa kuzingatia Maandiko, kufundisha mafundisho sahihi, kuwa la kiinjilisti, lenye upendo, na kuendeleza ibada katika maisha ya waumini. Wazee wanapaswa kuwa wacha Mungu na waliohitimu, na hawapaswi kustahimili ukosefu wa maadili. Wajulishe wanafunzi sababu zisizo sahihi za kuchagua kanisa, ambazo ni pamoja na mtindo wa muziki, programu zinazotolewa, nyakati za huduma, na masuala mengine ya upendeleo.

4. Ushirika (sehemu III)

Ushirika wa kweli huwekewa msingi kwenye mahali pa uwiano wa pamoja wa injili. Wakristo wote ni wenye dhambi waliookolewa na neema ya Mungu. Sote tumetakaswa kwa damu ya Yesu. Kama itikio, sote tunampenda Yesu na tumeyatoa maisha yetu kwake. Tunashiriki katika lengo moja; yaani, kumtukuza Mungu na kulijenga kanisa lake. Kifungo hiki cha pamoja huleta upendo wa kweli kwa ndugu katika Kristo (1 Petro 1:22-23).

A. Umoja katika kanisa

Himizo la Maandiko daima ni kuhifadhi umoja wa kanisa. Waulize wanafunzi wako majibu yao kwa maswali katika sehemu ya III na kisha jadili mambo haya muhimu.

- ▶ Kusiwe mgawanyiko; iweni na nia moja—1 Wakorintho 1:10; 12:25 (sehemu ya III, A na II, B, 4, c)

- ▶ Kuza umoja kwa unyenyekevu na upole—Waefeso 4:2–3 (sehemu ya III, B)

- ▶ Uwe mnyenyekevu; waone wengine kuwa wa muhimu kuliko wewe mwenyewe—Wafilipi 2:1–4 (sehemu ya III, C)

B. Hakuna ushirika wa kweli na wasioamini

Ushirika wa kweli hauwezi kufurahiwa pamoja na wasioamini. Hili limeonyeshwa katika 2 Wakorintho 6:14–15 (sehemu ya III, B). Wengi wa wanafunzi wako wana urafiki na wasioamini. Hii inaweza kuwa fursa ya ajabu ya uinjilisti. Hata hivyo, ni lazima ifahamike wazi kwamba ushirika wa kweli unaweza tu kufurahiwa pamoja na waumini wengine.

Uliza, *Kwa nini ushirika wa kweli hauwezi kufurahiwa na wale wasiomwamini Kristo?* Jibu: Ushirika wa kweli unatokana na upendo wetu kwa Mungu kwa sababu alituokoa kutoka katika giza kamili. Matamanio yetu si sawa na yale ya wasioamini. Matamanio yetu ni kumheshimu Mungu na kumletea utukufu kupitia yote tunayofanya. Mahali pa uwiano wa pamoja chini ya msalaba hapashirikiwi pamoja na wasioamini. Hii haimaanishi kwamba tunakatisha mahusiano yote na marafiki zetu wasioamini. Badala yake, tumia mahusiano haya kuwaonyesha Kristo kupitia maisha na maneno yako. Shiriki injili pamoja nao. Lakini ushirika wa kina na upendo tunaofurahia pamoja na Baba, Mwana, na waumini wengine hauwezi kamwe kufurahiwa pamoja na wasioamini.

C. Kuwahudumia wengine katika kanisa

Unapaswa daima kuwa na mtazamo wa kuwatumikia na kuwahudumia wengine katika kanisa. Hakiki majibu ya wanafunzi wako kwa zile "Ninyi kwa ninyi" katika swali la III, C. Jadili kila moja. Haya ni mengine machache ya zile "Ninyi kwa ninyi" ili kujalizia orodha katika somo:

- ▶ Mpendane ninyi kwa ninyi—Marko 9:50

- ▶ Mpendeleane ninyi kwa ninyi —Waroma 12:10

- ▶ Mwonyane ninyi kwa ninyi—Warumi 15:5

- ▶ Mfarijiane ninyi kwa ninyi—1 Wathesalonike 4:18

- ▶ Mtiane moyo na kujengana ninyi kwa ninyi—1 Wathesalonike 5:11

- ▶ Muwe na ushirika ninyi kwa ninyi—1 Yohana 1:7

Kwa muhtasari, kanisa halipaswi kuwa tu kundi la watu wanaokutana pamoja Jumapili. Badala yake, kanisa linapaswa kuwa kundi la watu waliounganishwa kwa ukaribu ambao wanashiriki maisha yao kwa uhuru.

5. Ibada (sehemu IV)

Ushirika wa karibu na Mungu kwa njia ya maombi na ufahamu kamili wa Mungu kupitia mafundisho ya Maandiko vinapaswa kumsukuma Mkristo kumwabudu Mungu.

Ufafanuzi wa Ibada: kuwekea thamani; neno lililofasiriwa "kuabudu" linatokana na desturi ya kale ya kusujudu kwa kicho (Kutoka 34:8).

A. Ibada ni ya Mungu pekee.

- ▶ Mungu wetu ni Mungu mwenye wivu na hayuko tayari kushiriki ibada yake na mwingine yeyote—Kutoka 20:4-6; Isaya 42:8 (nyongeza ya somo)

- ▶ Mungu anastahili kuabudiwa kwa sababu Yeye ndiye muumba wa vitu vyote—Ufunuo 4:10–11 (sehemu ya IV, B)

Hivyo basi, Wakristo hawapaswi kuwa na kitu chochote maishani mwao ambacho kinashindana na Mungu katika kusujudu au ibada. Toa changamoto kwa wanafunzi kuchunguza maeneo yoyote katika maisha yao ambapo ibada haitolewi kwa Mungu pekee. Uliza, *Ni vipengele gani vya maisha yako unavyohitaji kujilinda navyo kwa sababu vinaelekea kushindania usikivu anaostahili Mungu pekee?*

B. Ibada ya kweli

Mungu anataka ibada yetu iwe ya kweli. Hii ina maana kwamba ni lazima tuwe tunaabudu katika ukweli na kuabudu kutoka moyoni:

- ▶ Usiabudu tu kwa midomo yako; Mungu anataka ibada kutoka moyoni—Mathayo 15:8–9 (nyongeza ya somo)

- ▶ Mwabudu Mungu katika ukweli—Yohana 4:23–24 (sehemu ya IV, A)

Jadili kweli hizi mbili pamoja na wanafunzi wako.

Zingatia: Ili kumwabudu Mungu katika ukweli, ni lazima mtu atafute kumjua kwa kujifunza kuhusu sifa na matendo Yake.

> Tendo baya zaidi lililowahi kufanywa katika ulimwengu wote ni kukosa kumpa Mungu heshima, au utukufu. Zaidi ya yote, Mungu anapaswa kutukuzwa. Kumtukuza Mungu ni kumwinua, kumtambua kuwa anastahili kabisa heshima, na kuzikiri sifa zake takatifu.[1]
>
> —John MacArthur

Ikijenga juu ya ibada ya kweli ya Mungu, sehemu ya IV, C inazungumzia kumwabudu Mungu kwa nyimbo.

Uliza, *Je, kuna umuhimu gani kushiriki katika kumwimbia Mungu sifa wakati wa sehemu ya ibada ya Jumapili? Je, tunaimba kutoka moyoni? Je, kweli twamsifu Mungu kwa midomo yetu?*

---

[1] Nukuu kutoka The MacArthur New Testament Commentary series: Romans 11–8 (Moody), © 1999 by John MacArthur

C. Kumwabudu Mungu kwa maisha yetu (nyongeza ya somo)

Ibada isitengwe kwa Jumapili pekee. Mkristo anapaswa kujitahidi kumpa Mungu utukufu kupitia maisha yake ya kila siku. Wakristo wanapotenda kwa namna inayomstahili Mungu aliyetuita, utukufu wa Mungu unaakisiwa kwake kupitia matendo yetu ya ibada (1 Wakorintho 10:31; Yohana 14:13).

6. Kanuni za Kanisa (sehemu ya V)

Zipo kanuni mbili ambazo Kristo aliasisi kwa ajili ya kanisa lake: ubatizo na Komunyo. Komunyo wakati mwingine hurejelewa kama Meza ya Bwana.

A. Ubatizo

Jadili habari katika somo na uwahimize wanafunzi, ambao ni waumini na hawajabatizwa, kubatizwa.

B. Komunyo

1. Komunyo ni kanuni, sio sakramenti.

Kwa sababu ya kukanganyika na sakramenti za Kanisa Katoliki , ni muhimu kuwasaidia wanafunzi kuelewa tofauti kati ya kanuni na sakramenti.

> ► Kanuni huleta taswira ya tukio bila kutoa neema au kustahili kwa yule anayeshiriki katika kanuni hiyo. Kwa kadhia ya Komunyo, ni kwa ukumbusho wa kifo cha Kristo. Kupokea Komunyo hakuongezi kwa njia yoyote kule kustahili wokovu kwa mtu mbele za Mungu. Wokovu ni kwa neema ya Mungu pekee (Waefeso 2:8–9)

> ► Sakramenti ni kitu ambacho mtu hufanya kwa nje, lakini neema ya ndani ya kiroho hutolewa. Kibiblia mtazamo huu unakiuka wokovu kwa neema pekee, kwa kuwa mtu anafanya tendo linaloongeza kustahili katika nafasi yake mbele za Mungu.

2. Kanuni ya Komunyo

Komunyo ilianzishwa katika Pasaka ya kweli ya mwisho—Mathayo 26:19, 26–29

Uliza, *Pasaka ilikuwa nini?* Jibu: Toa maelezo ya mafupi ya jumla ya Pasaka na sisitiza kwamba huu ulikuwa wakati mmoja , kila mwaka, wakati mwanakondoo wa Pasaka alichinjwa.

Zingatia: Yesu alipaswa kufa siku ya Pasaka kama Mwanakondoo wa kweli wa Pasaka.

Uliza, *Yesu alipotekeleza Komunyo, alichukua mkate. Je, mkate huu ulikuwa mwili wa Kristo?* Jibu: Hapana, Kristo alikuwa pamoja nao.

Uliza, *Yesu alipotekeleza Komunyo, alichukua kikombe cha divai. Je, hii ilikuwa damu ya Kristo?* Jibu: Hapana, lilikuwa tunda la mzabibu (mstari wa 29) na tena Kristo alikuwa hai, pamoja nao.

Zingatia: Sherehe ya Pasaka iligeuzwa kuwa Meza ya Bwana, au Komunyo, ili kuadhimisha dhabihu ya Mwanakondoo wa kweli wa Pasaka, yaani, Kristo.

Hakiki 1 Wakorintho 11:23–26 mwishoni mwa sehemu ya V ya somo, na ujadili kanuni ya Komunyo.

3. Onyo katika kushiriki Komunyo

Muulize mwanafunzi atoe onyo lililotajwa katika 1 Wakorintho 11:27–30. Kisha liulize darasa na mjadili, *Kwa nini ni muhimu kujichunguza kila wakati mtu anaposhiriki Komunyo?*

7. Utekelezaji (sehemu ya VI)

Toa changamoto kwa kila mwanafunzi kuhusu kama wamejitoa kwa Kristo na kanisa lake:

- ▸ Je, wao ni sehemu ya mwili wa Kristo—familia ya Mungu?

- ▸ Je, wao ni sehemu ya kanisa la mahali, na je, wanahudumu katika kanisa?

- ▸ Je, wamebatizwa?

Toa changamoto kwa kila mwanafunzi kuhusu kuwa sehemu ya kikundi cha ushirika wa kanisa ambapo wanaweza kuhudumia karama zao na kuhudumiwa.

Waulize wanafunzi kushiriki mawazo yao kuhusu swali la mwisho katika somo, *Umejifunza nini kutokana na somo hili ili kuboresha ibada yako kwa Mungu?*

Jitayarishe kwa Zoezi Lako

1. Pakua ujumbe #10, "Miujiza, Uponyaji, na Lugha." kutoka www.gty.org/fof.

2. Tumia daftari lako kuandikia kumbukumbu za ujumbe.

3. Yafanyie kazi maswali na mazoezi kwenye kurasa zifuatazo.

— • • • —

Hifadhi akilini 1 Wakorintho 12:7

Basi kila mmoja hupewa ufunuo wa Roho kwa faida ya wote.

— • • • —

Mungu hutoa karama za kiroho kwa waumini kwa kusudi la huduma katika kanisa. Neno la Kiingereza linatokana na maneno mawili ya Kiyunani, *charismata* na *pneumatika*. Mzizi wa *charismata* ni *charis* , ambalo linamaanisha "neema" na huzungumzia kitu kisichostahiliwa au ambacho hakikuja kwa kufanyiwa kazi. Neno la pili, *pneumatika* , linamaanisha "kiroho," au vitu vinavyotolewa na Roho wa Mungu. Katika somo hili, utatazama karama mbalimbali za kiroho na jinsi zinavyopaswa kutumika katika mwili wa Kristo.

I. ASILI YA KARAMA ZA KIROHO

A. Ni nani chanzo cha karama za kiroho?

    1. 1 Wakorintho 12:11 _____ Roho Mtakatifu _____

    2. 1 Wakorintho 12:28 _____ Mungu _____

B. Ni nani aliye na karama za kiroho (1 Petro 4:10)?

    kila muumini

C. Kusudi la karama za kiroho ni nini?

    1. 1 Wakorintho 12:4–7 _____ kwa manufaa ya wote _____

    2. 1 Wakorintho 14:12 _____ kwa ajili ya kulijenga kanisa _____

    3. 1 Petro 4:10–11 _____ kutumikiana _____

II. UTOAJI WA KARAMA ZA KIROHO

A. Karama za kiroho zimerejelewa katika Maandiko.
Ziorodheshe hapa chini:

    1. Warumi 12:6 6–8

    unabii   Kuhimiza   Rehema

    Huduma   Kutoa   kufundisha

    kuongoza

2. 1 Wakorintho 12:8 –10

hekima	uponyaji	kutofautisha roho
maarifa	kufanya miujiza	aina mbalimbali za lugha
imani	unabii	kufasiri lugha

3. 1 Wakorintho 12:28b (nusu ya pili ya mstari)

uponyaji	utawala	miujiza
aina za usaidizi	aina mbalimbali za lugha	

B. Kuzielewa karama — karama za muda

Kwa ufahamu bora wa jinsi karama za kiroho zinavyofanya kazi, tumeziainisha karama katika makundi mawili: za muda (maalum) na za kudumu.

Roho Mtakatifu alitoa karama za muda ili kuthibitisha ushuhuda wa mitume na manabii. Karama hizi zilienea katika kanisa la pale mwanzo lakini ziliacha kuwa dhahiri kanisa lilipokuwa thabiti.

1. Miujiza

Karama hii ni uweza wa kufanya "maajabu" na "ishara." Kristo alifanya miujiza mingi, kama ilivyorekodiwa katika Maandiko. Paulo alitumia karama hii kuthibitisha utume wake, kama inavyoelezwa katika 2 Wakorintho 12:12

2. Uponyaji

Petro alikuwa na karama hii (tazama Matendo 3:6 –8; 5:15–16), ambayo ilithibitisha ujumbe wake na kusaidia kuweka msingi wa kanisa.

3. Lugha na fasiri za lugha

Karama hii inadhihirishwa kwa kunena kwa lugha isiyojulikana kwa mnenaji (tazama Matendo 2:1–11).

Karama hii ilikuwa sharti iambatane na karama ya fasiri (1 Wakorintho 14:27–28).

C. Kuzielewa karama—karama za kudumu

Roho Mtakatifu alitoa karama kwa ajili ya kulijenga kanisa. Hizi zilienea katika kanisa la pale mwanzo na bado zipo kanisani hadi leo

1. Unabii

Kutabiri ni kuhubiri au kuyatangaza Maandiko. Unabii sio lazima umaanishe kutabiri wakati ujao.

2. Kufundisha

Karama hii ni uweza wa kufundisha Neno la Mungu na kuwasaidia wasikilizaji kuelewa Maandiko kama vile mwandishi alivyokusudia.

3. Imani

Karama hii ni imani thabiti, yenye kuwezesha ambayo inamwamini Mungu kweli katika kukabili vikwazo vinavyotuzidi na mambo yasiyowezekana ya kibinadamu, na kwa mambo makuu. John MacArthur anaita hii kuwa "karama ya sala" kwa sababu karama hiyo inaonyeshwa kimsingi kwa Mungu kupitia sala.

4. Hekima

Huu ni uweza wa kutumia hekima, inayopatikana kutokana na utambuzi wa kiroho kwa waumini; kujua lililo sawa na lililo baya, maarifa kutumika.

5. Maarifa

Huu ni ufahamu wa ukweli wa Maandiko. Kwa mtazamo wa kibinadamu, ni usomi au uweza wa kujua ukweli wa Maandiko kwa upana na kwa kina.

6. Utambuzi

Utambuzi ni uweza wa kujua ni mambo gani yanayotoka kwa Roho na yapi hayatoki kwake, kutofautisha ukweli na uongo. Karama hii hutumika kama ulinzi kwa kanisa.

7. Rehema

Huu ni uweza wa kuonyesha huruma ya kina kwa wale walio na mahitaji ya kiroho, ya kimwili, au ya kihisia.

8. Kuhimiza

Kuhimiza ni uweza wa kutia moyo na kutoa motisha. Mtu aliye na karama hii anaweza kuja karibu na mwingine ili kumfariji kwa upendo, kumtia moyo katika kujitoa kiroho kwa kina zaidi na kukua, au kumhimiza kutenda. Hii ndio karama inayowahitimisha watu kutekeleza huduma ya ushauri katika mwili.

9. Kutoa

Karama hii ni rejeleo la moja kwa moja kwa huduma yakinifu ya kutoa chakula, nguo, pesa, nyumba, n.k., kama itikio kwa mahitaji ya kanisa.

10. Utawala/Uongozi

Karama hii ni uweza wa kusimamia kundi. Karama hii inapaswa kuonyeshwa na wachungaji na wazee, pamoja na viongozi wa vyama vya kimisionari, huduma za vijana, vyama vya uinjilisti, n.k.

11. Aina za usaidizi

Karama hii ni uweza wa kusaidia wakati wa shida au kuchukuliana mizigo kama hali itakavyojiri.

12. Huduma

Karama ya huduma ni kufanya kazi kwa ajili ya mwili wa Kristo katika maeneo ya huduma ya kimwili, kama vile kuhudumia chakula au kufanya matengenezo.

A. **Taja kanuni inayoonyeshwa/zinazoonyeshwa katika Warumi 12:6–8.**

"Tuna karama zilizotofautiana kila mmoja kutokana na neema tuliyopewa. Kama ni unabii na tutoe unabii kwa kadiri ya imani. Kama ni kuhudumu na tuhudumu, mwenye kufundisha na afundishe, kama ni kutia moyo na atie moyo, kama ni kuchangia kwa ajili ya mahitaji ya wengine na atoe kwa ukarimu, kama ni uongozi na aongoze kwa bidii, kama ni kuhurumia wengine na afanye hivyo kwa furaha." Itumie karama yako.

B. **Soma 1 Wakorintho 13:1–7 na ujibu maswali yafuatayo:**

1. Karama zako zinawezaje kutumiwa vibaya na bila faida (mistari 1–3)?

Hata kama nitasema kwa lugha za wanadamu na za malaika, kama sina upendo, nimekuwa kengele inayolialia au toazi livumalo. Ningekuwa na karama ya unabii na kujua siri zote na maarifa yote, hata kama nina imani kiasi cha kuweza kuhamisha milima, kama sina upendo, mimi si kitu. Kama nikitoa mali yote niliyo nayo na kama nikijitolea mwili wangu uchomwe moto, kama sina upendo, hainifaidi kitu. Ikiwa karama yako haitumiki kwa upendo

2. Kwa kuwa kukirimiwa kwako kwa kiroho kunapaswa kutumika kwa upendo, ni miongozo gani itahakikisha faida ya karama zako?

Orodhesha miongozo 15 (mistari 4–7).

a. subira	i. kutozingatia makosa	
b. fadhili	j. kutofurahia udhalimu	
c. kutokuwa na wivu	k. kufurahi pamoja na ukweli	
d. kutojigamba	l. huvumilia mambo yote	
e. kutokuwa na kiburi	m. huamini mambo yote	
f. kutokuwa na ukorofi (kutenda isivyofaa)	n. hutumaini mambo yote	
g. Kutosisitiza njia ya ubinafsi	o. huvumilia mambo yote	
h. kutokuwa na hasira au kinyongo (kutokereka)		

C. **Wakorintho wa Kwanza 12 inafunua umuhimu wa kila karama ya kiroho katika mwili wa Kristo.**

Kulingana na 1 Wakorintho 12:25, mtazamo wako unapaswa kuwaje katika matumizi ya karama yako ya kiroho?

"ili pasiwe na mafarakano katika mwili, bali viungo vyote vihudumiane kwa usawa kila kimoja na mwenzake.."

D. **Soma Waefeso 4:11–16. Ni nini husababisha kukua kwa mwili wa Kristo (mstari 16)?**

"wakati kila kiungo kinafanya kazi yake."

<table>
<tr><td colspan="2" align="center">Ugunduzi wa Kukirimiwa Kwako</td></tr>
<tr><td colspan="2">Kila mshiriki wa mwili ameamriwa kuhudumu katika maeneo mengi ya karama, awe ana karama hiyo au la. Kwa mfano, Wakristo wote wanapaswa kufanya kazi katika maeneo yafuatayo:</td></tr>
<tr><td>Imani</td><td>2 Wakorintho 5:7</td></tr>
<tr><td>Hekima</td><td>Yakobo 1:5</td></tr>
<tr><td>Maarifa</td><td>2 Timotheo 2:15</td></tr>
<tr><td>Kuhimiza</td><td>Waebrania 10:25</td></tr>
<tr><td>Kutoa</td><td>2 Wakorintho 9:7</td></tr>
<tr><td>Utunzaji mmoja kwa mwingine (usaidizi)</td><td>1 Wakorintho 12:25</td></tr>
</table>

Biblia haielezi waziwazi jinsi ya kubainisha karama za kiroho za mtu. Hata hivyo, unaweza kuanza kwa kuwa mtiifu katika maeneo yaliyotajwa hapo juu. Tafuta nafasi iliyojitokeza, na uombee fursa za kuhudumu. Tafuta ushauri wa waumini wengine; wanaweza kuwa na ufahamu zaidi wa karama zako kuliko wewe mwenyewe.

Ili kugundua karama zako katika mwili na kwa kujitiisha kwa wazee wa kanisa lako, ni katika maeneo gani ungependa kuwa tayari kutumika?

1. (Majibu Yatatofautiana) _______________________________________

2. (Majibu Yatatofautiana) _______________________________________

3. (Majibu Yatatofautiana) _______________________________________

Kila mmoja wetu anahitaji kutumia karama yake katika huduma kwa wema wa kanisa lote.

"Kila mmoja na atumie kipawa chochote alichopewa kuwahudumia wengine, kama mawakili waaminifu wa neema mbalimbali za Mungu." — 1 Petro 4:10

MALENGO YA SOMO LA 10

1. Kuwapa wanafunzi ufahamu wa asili pamoja na madhumuni ya karama za kiroho.

2. Kuona tofauti kati ya karama za kudumu na karama za ishara.

3. Kuwahimiza wanafunzi wajitokeze na kuhudumu kukirimiwa kwao kwa mwili wa Kristo.

MPANGILIO WA DARASA KWA SOMO LA 10

1. Fafanua kile tunachomaanisha kwa karama za kiroho.

2. Chunguza chanzo, kusudi, na upeo wa karama za kiroho.

3. Wahimize wanafunzi kutumia karama zao.

MASWALI YA KAWAIDA KWA SOMO LA 10

Karama za kiroho zinatofautiana vipi na uweza wa asili au vipawa?

Je, karama za uponyaji na lugha zinafanya kazi leo?

Nitajuaje karama yangu ya kiroho?

MPANGILIO WA KUFUNDISHA UNAOPENDEKEZWA KWA SOMO LA 10

1. Kupasha misuli moto

Tambua kwamba washiriki wa kikundi wanaweza kuwa na uzoefu na uelewa mbalimbali juu ya asili na matumizi ya karama za kiroho. Ujumbe uliorekodiwa unapaswa kupunguza hisia zozote kali na kutengeza mazingira mazuri kwa ajili ya kuchunguza kwa uzito kile inachosema Biblia kuhusu karama za kiroho.

Mwombe mmoja wa wanafunzi asome aya ya utangulizi ya somo na kujadili ufafanuzi wa karama za kiroho. Watu wakati mwingine huchanganyikiwa juu ya tofauti kati ya karama za kiroho na uweza wa asili na vipaji. Vyote viwili vinatoka kwa Mungu; hata hivyo, vipaji ni uweza wa asili unaoshirikiwa na waumini na wasioamini. Karama za kiroho hutolewa na Roho Mtakatifu kwa wale tu wanaomwamini Yesu Kristo. Ni uweza kwa ajili ya huduma ya kiroho; kwa hiyo, muumini mpya anaweza kuwa na hamu na uweza wa kutumikia kwa njia ambayo hakuwahi kufikiria kabla ya kuokolewa.

2. Asili ya karama za kiroho (sehemu ya I)

A. Utoaji wa karama za kiroho

Jadili kwamba wakati wa wokovu, karama ya kipekee ya kiroho inatolewa kwa kila Mkristo na Roho Mtakatifu kwa madhumuni ya kulijenga kanisa.

1. Wakristo wote wamepewa karama maalum.

Soma 1 Petro 4:10–11, " Kila *mmoja* na atumie kipawa chochote alichopewa kuwahudumia. . . ."

Zingatia kwamba "kila mmoja" (yaani, kila Mkristo) amepokea karama maalum. Uliza, *Ikiwa kila Mkristo amepokea karama maalum, basi aliipokea lini?* Jibu: wakati wa wokovu.

Zingatia kibainishi: "ile " karama ya kiroho. Uliza, *Je umuhimu wa kibainishi ni upi?* Jibu: karama ipo katika *hali ya umoja.* Ni karama moja, au kuonekana vyema zaidi kama kukirimiwa.

2. Upekee wa kukirimiwa kwa kila Mkristo

Ni vyema kuona kukirimiwa kwako kama mchanganyiko wa karama kadhaa. Karama yako ni kama picha ya rangi. Mchoraji, au katika kadhia hii Roho Mtakatifu, anachagua kutoka kwa kibao cha kuchanganya rangi cha karama na kupaka rangi karama yako ili kukutayarisha kikamilifu kwa ajili ya huduma yako uliyopewa na Mungu.

Karama za muumini zinaweza kuwa mchanganyiko unaopishana, uliochukuliwa kwa viwango tofauti kutoka kwenye vitengo vya karama . . . . Ni bora kuona karama ya mtu kama mchanganyiko wa kipekee wa vitengo vya kukirimiwa, iliyojaliwa kwa mtu huyo kuhusiana na tabia na uzoefu wake na mahitaji ya kanisa. Kila muumini anakuwa wa pekee kiroho kama vile alama za vidole vyake zilivyo kimwili.[1]

—John MacArthur

Mfano: Mfano mmoja mzuri ni analojia ya timu ya mpira wa Kimarekani. Ungepaswa kumweleza beki, ingemlazimu kuwa na mbio na kuweza kurusha. Mpokeaji angelazimika kuwa na mbio na anayeweza kudaka. Na mpiga mikwaju je? Kila mchezaji amekirimiwa kipekee kwa ajili ya nafasi yake. Je, ingekuwaje kama beki hangekuja na mpiga mikwajui akalazimika kuchukua nafasi yake?

Vivyo hivyo, kanisa linajumuishwa na washiriki wengi. Kila mmoja amekirimiwa kipekee kwa ajili ya huduma mbalimbali katika kanisa. Tukifuata mfano wa timu ya mpira, Wakristo wote wanapaswa kuwa katika mechi wakifanya kile walichokirimiwa kipekee. Hakiki analojia ya kanisa kama mwili (1 Wakorintho 12:14, 17–19) na uwahimize wanafunzi wako kujihusisha katika huduma.

B. Kusudi la kukirimiwa kiroho (sehemu ya I, C)

Ni muhimu kuangalia kusudi la karama za kiroho. Jadili kwamba kusudi la karama za kiroho ni kuhudumiana, kwa kuujenga mwili wa Kristo.

> ► Kwa wema wa wote katika kanisa (1 Wakorintho 12:7)

> ► Kwa ajili ya kulijenga kanisa (1 Wakorintho 14:12)

> ► Hutumika kuhudumiana

Kama John MacArthur anavyoandika, Mungu hutoa karama zake kwetu kwa ajili ya wengine. [2]

[1]Nukuu kutoka The MacArthur New Testament Commentary series: 1 Corinthians (Moody), © 1984 by John MacArthur
[2]Nukuu kutoka The MacArthur New Testament Commentary series: 11–3 John (Moody), © 2007 by John MacArthur

3. Utoaji wa karama za kiroho (sehemu ya II)

A. Idadi ya karama za kiroho

Baadhi ya watu hawakubaliani kuhusu idadi ya karama za kiroho, kwa sababu Mungu hakutoa orodha isiyopindika au rasmi. Kwa hiyo uwe mwangalifu usije ukafafanua karama kupita kiasi—Biblia haina umaalum huo. Kwa mfano, Mungu aliwateua watu waliokirimiwa kwa ajili ya kanisa waliotajwa katika Waefeso 4:11, yaani, mitume, manabii, wainjilisti, wachungaji, na walimu. Wengine wanajumuisha hawa wanaume waliokirimiwa katika orodha ya karama, kwa kuwa wameorodheshwa pamoja na karama katika 1 Wakorintho 12:28. Hata hivyo:

- ► *Kuteuliwa* kunamaanisha kuweka katika nafasi yake; kunaonyesha uteuzi rasmi kwa ofisi (ling. Yohana 15:16; 2 Timotheo 1:11).

- ► Ni wazi kuwa hupokei karama ya *mtume*, ni uteuzi.

Bila shaka, wanaume hawa waliokirimiwa kwa uwezekano mkubwa walikuwa dhabiti katika karama za kiroho kama vile ujuzi, mafundisho, na uongozi.

B. Vitengo vya karama za kiroho

Somo linagawanya karama za kiroho katika vitengo viwili vikuu: *karama za kudumu* na *karama za muda*. Hili lilifanyika ili kutenganisha karama katika zile zinazofanya kazi hadi leo, na nyingine ambazo zilikuwepo tu wakati wa kanisa la pale mwanzo.

1. Karama za kudumu

Kumbuka kwamba kusudi la karama za kiroho ni kulijenga kanisa. Hakiki kila karama iliyoorodheshwa katika somo na jadili maana yake na wanafunzi.

Zingatia: Karama moja ya kudumu, ambayo juu yake kuna machafuko, ni karama ya unabii. Watu wengi wanaamini kwamba karama hii inamaanisha tu *kutabiri* siku zijazo. Ni kweli inamaanisha hivi; hata hivyo, neno unabii humaanisha hasa "kutangaza." Leo hii, kwa kukamilika kwa Maandiko, sehemu ya kutabiri ya karama imekoma. Leo hii, mtu aliye na karama ya unabii "hutangaza" Neno la Mungu kutoka kwenye Maandiko.

2. Karama za muda

Kuna wengi wanaoamini kwamba *karama za muda* zilizoorodheshwa katika somo hili bado zinatenda kazi hadi leo. Karama kama vile uponyaji na lugha ni maarufu katika kundi la kikarismati. Hata hivyo, inaweza kuonyeshwa kwamba kusudi la asili la *karama za muda* halipo tena leo. Inaweza pia kuonyeshwa kwamba jinsi *karama za muda* zinavyodhihirishwa leo hailingani na jinsi karama hizi zilivyodhihirishwa wakati wa kanisa la pale mwanzo. Kulingana na mambo haya mawili, tunaamini kwamba *karama za muda* hazifanyi kazi tena leo.

Hebu tuchunguze kila karama ya muda ili kuona kusudi lake la asili na jinsi ambavyo ilidhihirishwa wakati wa kanisa la pale mwanzo.

<u>**Uponyaji na Miujiza**</u>

a. Kusudi la uponyaji na miujiza:

- ► Kuthibitisha ujumbe wa injili—Waebrania 2:3–4

- ► Kumthibitisha Paulo—Warumi 15:18–19

- ▶ Kuwathibitisha mitume—Matendo 5:12; 2 Wakorintho 12:12

- ▶ Kuthibitisha ujumbe na mjumbe—Matendo 4:29–30

b. Kusudi la uponyaji na miujiza halihitajiki tena leo:

- ▶ Kwa kuwa tunayo Maandiko yaliyokamilika, ujumbe hauhitaji kuthibitishwa tena kwamba umetoka kwa Mungu.

- ▶ Ofisi ya mtume imeshapita; kwa hivyo, karama hizi hazihitajiki tena ili kuthibitisha mamlaka yao.

c. Matumizi ya karama ya uponyaji wakati wa kanisa la pale mwanzo:

- ▶ Uponyaji ulikuwa wa papo hapo—Marko 1:42

- ▶ Uponyaji ulikuwa kamili na wa kudumu—Mathayo 14:36

- ▶ Uponyaji wa upofu, kupooza, n.k.— Matendo 3:7; 8:5–7; Mathayo 10:1

- ▶ Uponyaji haukuwa na masharti (haukutegemea imani ya yule anayeponywa)—Yohana 9:25

d. Dhihirisho la karama ya uponyaji leo halilingani na lile la kanisa la pale mwanzo. Hakuna hata mmoja wa waponyaji wa imani leo anayeponya mara moja, kitimilifu, kwa kudumu, na bila masharti. Isitoshe, waponyaji wa siku hizi hawaponyi upofu, kupooza, au hali kama hizo.

Kwa hivyo, hatuamini karama za uponyaji na miujiza zinafanya kazi leo.

Baadhi ya wanafunzi wanaweza kutoka katika katika suli za kikarismati na wanaweza wasiwe tayari kupokea ukweli huu. Sisitiza kwamba Mungu bado anaponya leo lakini kupitia maombi yaliyojibiwa. Zingatia pia kwamba mitume waliweza kufukuza magonjwa katika miji mizima. Ikiwa mtu fulani angekuwa na karama ya kweli ya uponyaji leo, angekuwa hospitalini akiponya kila aina ya ugonjwa.

Lugha na fasiri za Lugha (Ndimi)

a. Makusudio ya lugha na fasiri za lugha:

- ▶ Ishara kwa Wayahudi wasioamini— 1 Wakorintho 14:21–22

- ▶ Zilithibitisha wokovu wa Mataifa—Matendo 10:47; 11:15–18

- ▶ Kutoa neno kutoka kwa Mungu ili kulijenga kanisa—1 Wakorintho 14:26–28

b. Kusudi la lugha na fasiri za lugha halihitajiki tena leo:

- ▶ Matumizi ya lugha kama ishara kwa Wayahudi, kuthibitisha kukubalika kwa Mataifa katika kanisa, hayahitajiki tena leo.

- ▶ Kwa kuwa tuna Maandiko yaliyokamilika na ya kutosha (2 Timotheo 3:16–17), neno kutoka kwa Mungu, kwa njia ya lugha na fasiri za lugha, halihitajiki tena.

c. Matumizi ya lugha na fasiri ya lugha wakati wa kanisa la pale mwanzo:

- ▶ Lugha zilikuwa lugha zinazojulikana—Matendo 2:4–11

► Lugha zilipaswa kudhibitiwa: moja, mbili, au ikizidi sana tatu, na kila moja kwa zamu, na kwa fasiri—1 Wakorintho 14:26–28, 40

d. Dhihirisho la lugha na ufasiri wa lugha leo halilingani na lile la kanisa la pale mwanzo. Kile kinachoonekana leo kama lugha, mbele kabisa katika vuguvugu la kikarismatiki, hakidhibitiwi. Leo, kile kinachoonekana kuwa lugha hakieleweki na kinafanywa na wengi, wote kwa wakati mmoja (kinyume na 1 Wakorintho 14:26–28).

Zingatia: Baadhi ya watu ndani ya vuguvugu la kikarismatiki wanaamini kwamba ubatizo wa Roho Mtakatifu lazima uambatane na kunena kwa lugha kama ishara ya wokovu wa kweli. Ili kupata ufahamu bora wa suala hili, rejelea somo #7, Nafsi na Huduma ya Roho Mtakatifu, ambapo ubatizo wa Roho Mtakatifu ulijadiliwa. Ni wazi kwamba Wakristo wote wana Roho Mtakatifu aishiye ndani yao wakati wa wokovu (Warumi 8:9). Hata hivyo, ni wazi pia kwamba sio Wakristo wote walionena kwa lugha (1 Wakorintho 12:28–30).

4. Matumizi ya karama za kiroho (sehemu ya III)

A. Himizo la kujihusisha katika huduma

Jadili majibu ya wanafunzi wako kwa swali la III, A, ambalo linawahimiza Wakristo wote kutumia karama zao. Unganisha hili na jibu lao kwa III, D, ambamo kukua kwa kanisa kunategemea washiriki wake wote kuhudumu pamoja. Wahimize wanafunzi wako kujihusisha katika huduma.

B. Kutambua kukirimiwa kwako

Kumbuka kwamba kukirimiwa ni mchanganyiko wa karama mbalimbali. Mwanafunzi wako anahitaji kupata huduma ambayo Mungu amemkirimia kwa ajili yake. Hili linaweza kubainishwa vyema zaidi kwa kuingia katika huduma na kumruhusu Mungu kuwa kiongozi. Mtu anapaswa kuomba mwongozo kutoka kwa Mungu, kuzamia katika Neno lake, kuungama dhambi, kisha kufuata matamanio ya moyo wake.

C. Kuhudumia karama yako kwa upendo

Hakiki majibu ya wanafunzi wako kwa maswali III, B na III, C. Tilia mkazo jinsi Paulo alivyokatiza mjadala wake wa karama za kiroho katika 1 Wakorintho 12 na 14 kwa sura yake muhimu kuhusu asili muhimu ya upendo, sura 13. Uliza, *Je, kuwepo au kutokuwepo kwa upendo kunaathiri kwa njia gani matumizi ya karama za kiroho katika mwili wa Kristo?*

► Hatutatafuta manufaa yetu wenyewe; tutatafuta manufaa ya wengine katika kanisa.

► Hatutasababisha migawanyiko yoyote katika mwili; tutafanya kazi kuelekea umoja katika kanisa.

► Tutatafuta kuwajali wengine.

5. Utekelezaji (sehemu ya IV)

A. Rudia hoja muhimu mlizojifunza

► Kila Mkristo amekirimiwa kipekee na Mungu kwa ajili ya huduma.

► Tulipokea kukirimiwa kwetu wakati wa wokovu.

► Kukirimiwa kwetu ni mchanganyiko wa karama mbalimbali za kiroho

- ► Tunahimizwa kutumia karama yetu katika kuwatumikia wengine, kwa kusudi la kuujenga mwili wa Kristo.

- ► Karama zetu ni hazifai kitu kama hazitumiki kwa upendo.

- ► Tusipotumia karama zetu, ukuaji wa kanisa utazuiwa.

B. Wahimize wanafunzi wako kujihusisha katika huduma

Hitimisha kwa kusoma 1 Petro 4:10, iliyonukuliwa mwishoni mwa somo.

Jitayarishe kwa Zoezi Lako

1. Pakua ujumbe #11, "Uvuvi wa Watu," kutoka www.gty.org/fof.

2. Tumia daftari lako kuandikia kumbukumbu za ujumbe.

3. Yafanyie kazi maswali na mazoezi kwenye kurasa zifuatazo.

· · ·

Hifadhi akilini 1 Petro 3:15

Bali mtakaseni Kristo kuwa Bwana mioyoni mwenu. Siku zote mwe tayari kumjibu mtu yeyote atakayewauliza kuhusu sababu ya tumaini lililomo ndani yenu. Lakini fanyeni hivyo kwa upole na kwa heshima.

· · ·

Neno uinjilisti huleta mawazo mengi akilini. Baadhi ya watu hufikiria mahema na wanenaji maarufu; wengine huona "ziara" ya kila juma na woga wa "kushuhudia." Somo hili litatanguliza dhana ya kibiblia ya uinjilisti na nafasi anayoichukuwa muumini.

I. WITO KWA UINJILISTI

A. Kulingana na Marko 16:15, wanafunzi walipaswa kufanya nini?

"Enendeni ulimwenguni kote, mkaihubiri Injili kwa kila kiumbe."

B. Je, ni vipengele vipi vitatu vya kufanya wanafunzi, kulingana na Mathayo 28:19–20?

1. enendeni mkafanye wanafunzi

2. wabatizeni

3. Wafundisheni

C. Yesu alisema nini kitangazwe kwa mataifa yote (Luka 24:46 –47)

"Toba na msamaha wa dhambi zitatangaziwa mataifa yote kupitia jina lake kuanzia Yerusalemu.

D. Paulo alipaswa kuwaambia nini watu wote (Matendo 22:15)

Angekuwa shahidi wa Kristo kwa watu wote wa yale aliyoyaona na kuyasikia.

II. HABARI NJEMA YA UINJILISTI: INJ

A. Kulingana na 1 Wakorintho 15:3–4, ni habari gani njema ambayo Paulo alihubiri?

1. Kristo alikufa kwa ajili ya dhambi zetu

2. Alizikwa

3. Alifufuliwa siku ya tatu.

B. Paulo alisema hakuwa na aibu juu ya nini (Warumi 1:16)? injili

C. Kwa nini? "Ni uweza wa Mungu uletao wokovu kwa kila aaminiye."

III. YA MSINGI KATIKA UINJIL

A. Mtu anapaswa kuamini nini kuhusu Yesu Kristo ili kupata wokovu?

1. Yohana 1:1 Yesu ni Mungu.

2. Yohana 14:6 Yesu ndiye njia, kweli, na uzima, njia ya pekee kwa Mungu.

3. Matendo 4:12 Yesu ndiye njia pekee ya wokovu.

B. Ifuatayo ni mistari muhimu katika kushiriki ujumbe wa injili. Tazama kila mstari na ueleze kwa ufupi hoja kuu.

1. Warumi 3:23 kwa kuwa wote wametenda dhambi na kupungukiwa na utukufu wa Mungu

2. Warumi 6:23 Kwa maana mshahara wa dhambi ni mauti, bali karama ya Mungu ni uzima wa milele katika Kristo Yesu Bwana wetu."

3. Warumi 5:8 Lakini Mungu anaudhihirisha upendo wake kwetu kwamba: Tulipokuwa tungali wenye dhambi, Kristo alikufa kwa ajili yetu."

4. 1 Petro 2:24 Yeye mwenyewe alizichukua dhambi zetu katika mwili wake juu ya mti, ili tufe kwa mambo ya dhambi, bali tupate kuishi katika haki. Kwa kupigwa kwake, ninyi mmeponywa

5. Warumi 10:9 Kwa sababu kama ukikiri kwa kinywa chako kwamba "Yesu ni Bwana," na kuamini moyoni mwako kwamba Mungu alimfufua kutoka kwa wafu, utaokoka.

6. Yohana 1:12 Bali wote waliompokea, aliwapa uwezo wa kufanyika watoto wa Mungu, ndio wale waliaminio jina lake.

Watu wengi hawazielewi kweli hizi:
Mwanadamu hawezi kujiokoa. . . . . Marko 10:26–27
Mungu ni mtakatifu na mwenye haki, naye anachukia dhambi. . . . . .Zaburi 5:4 –5
Yesu Kristo ni Mungu. . . . . Wakolosai 2:9
Kifo cha Kristo msalabani kilikuwa kwa ajili ya dhambi zetu. . . . . 1 Petro 3:18
Kristo anatoa mbingu kama zawadi ya bure ya Mungu. . . . . Warumi 6:23

IV. MKAKATI WA UINJILI

A. Shuhudia kwa maisha yako

1. Tunapaswa kuishi maisha ya aina gani, na tunapaswa kuonekanaje kwa ulimwengu(Wafilipi 2:14 –15)?
   Fanyeni mambo yote bila kunung'unika wala kushindana, ili msiwe na lawama wala hatia, bali mwe wana wa Mungu wasio na kasoro katika kizazi chenye ukaidi na kilichopotoka, ambacho ndani yake ninyi mnang'aa kama mianga ulimwenguni.

Wengine watamwona Mkombozi wako kupitia maisha yako yaliyokombolewa.

2. Soma Mathayo 5:16.

   a. Watu wanaona nini kinachofanya maisha ya Mkristo kung'aa? Matendo mema

   b. Matokeo yatakuwa nini? Mungu anapata utukufu

3. Kulingana na Wakolosai 4:6, unapaswa kuzungumza na wengine kwa njia gani?

"Kunena kwenu daima kuwe na neema, kana kwamba kulikokolezwa chumvi."

B. Omba

1. Paulo alipokuwa akiwaombea wengine, ni nini kilichokuwa moyoni mwake (Warumi 10:1)?

wokovu wao

2. Paulo aliwaambia Wakolosai waombe kwa ajili ya dua gani (Wakolosai 4:3–4)?

ili Mungu atufungulie mlango wa kunena, ili tupate kuitangaza siri ya Kristo, . . .ili nipate

kuitangaza

3. Tunapolinena Neno la Mungu kwa wengine, hasa katika hali za kutishia, tunapaswa kumwomba Mungu atupe nini (Matendo 4:29)?

ujasiri

> "Awali ya yote, nasihi kwamba dua, sala, maombezi na shukrani zifanyike kwa ajili ya watu wote . . .Jambo hili ni jema, tena linapendeza machoni pa Mungu Mwokozi wetu, anayetaka watu wote waokolewe na wafikie kuijua kweli."
> —1 Timotheo 2:1, 3–4

C. Tumia Neno la Mungu

1. Neno la Mungu litafanya nini (Waebrania 4:12)?

"Kwa maana Neno la Mungu li hai tena lina nguvu. Lina makali kuliko upanga wowote wenye makali kuwili, hivyo linachoma hata kuzigawanya nafsi na roho, viungo na mafuta yaliyo ndani yake; tena li jepesi kuyatambua mawazo na makusudi ya moyo."

2. Paulo alitumiaje Maandiko katika kushuhudia (Matendo 17:2–3)?

" alihojiana nao kutoka kwenye Maandiko akidhihirisha wazi na kuthibitisha."

3. Maandiko yanaweza kufanya nini (2 Timotheo 3:15)?

"yanaweza kukuhekimisha upate wokovu kwa njia ya imani katika Kristo Yesu."

V. UTEKELEZAJI

Orodhesha watu kadhaa unaotaka kuwafikia kwa ajili ya Kristo. Omba mara kwa mara kwa ajili ya watu hao, na ujitayarishe kwa fursa ya kushiriki Neno la Mungu pamoja nao. Mruhusu Mungu afanye kazi yake ya kusadikisha, na umwamini yeye.

1. (Majibu Yatatofautiana) ____

2. (Majibu Yatatofautiana) ____

3. (Majibu Yatatofautiana) ____

4. (Majibu Yatatofautiana) ____

5. (Majibu Yatatofautiana) ____

MALENGO YA SOMO LA 11

1. Kuwapa motisha wanafunzi kuwa na moyo kwa ajili ya waliopotea.

2. Kuwasaidia wanafunzi kuvishinda vizuizi vinavyowazuia kufanya uinjilisti.

3. Kuwasaidia wanafunzi kuelewa wajibu wao na kuwaandaa kwa ajili ya kazi hiyo.

MPANGILIO WA DARASA KWA SOMO LA 11

1. Hakiki mwito wa uinjilisti.

2. Jadili vikwazo vya uinjilisti na jinsi ya kuvishinda.

3. Fundisha vilvyo vya msingi katika ujumbe wa injili.

4. Jadili mambo muhimu ya kukumbuka unaposhuhudia.

MASWALI YA KAWAIDA KWA SOMO LA 11

Ninawezaje kushinda woga wa kuhubiri?

Je, ni yapi ya msingi katika ujumbe wa injili?

MPANGILIO UNAOPENDEKEZWA WA KUFUNDISHA KWA SOMO LA 11

1. Kupasha misuli moto

Swali la Kawaida: "Ninawezaje kushinda woga wa kufanya uinjilisti?" Ni vigumu kwa Wakristo wengi kushuhudia. Wengi wana hofu ya watu. Wanaogopa kukataliwa na kuteswa. Wakati mwingine wanajali zaidi vipaumbele vyao wenyewe kuliko kuwasaidia wengine. Pia, injili yenyewe ni upumbavu na inayoudhi kwa wasio Wakristo, na hivyo baadhi ya watu wanasitasita kuishiriki. Kwa hiyo Wakristo hupewaje motisha kuishiriki imani yao? Huanza kwa kuwa na moyo kwa ajili ya waliopotea.

Waombe wanafunzi wako wasome Mathayo 7:13–14. Jadili malango mawili yaliyotajwa katika kifungu hiki:

► Lango dogo linaloongoza kwenye uzima; njia ni nyembamba na waionao ni wachache.

► Lango pana—linaloongoza kwenye uharibifu (jehanamu); njia ni pana na wengi wameiingia.

Waulize wanafunzi wako kufikiria kuhusu watu wanaowajua—marafiki zao, majirani, na wafanyakazi wenzao.
Uliza, *Wapo kwenye njia gani? Je, umeshiriki injili nao?*

Inabakia kuwa watu wengi katika ulimwengu huu wanakufa bila Yesu na wanakaa milele jehanamu kwa sababu ya dhambi zao. Tunahitaji kukuza upendo kwa waliopotea kama ule wa Kristo na Paulo:

► Kristo alikuwa na moyo kwa ajili ya waliopotea; lilikuwa ndilo kusudi lake kuja (Luka 19:10) na aliulilia mji uliyokuwa umemkataa (Luka 19:41–42).

► Paulo alikuwa na moyo kwa ajili ya waliopotea; alijitoa kwa ajili ya nafsi zao (2 Wakorintho 12:15).

Swali la utekelezaji: Jiulize, "Je, ninao moyo kwa ajili ya waliopotea?"

2. Wito kwa uinjilisti (sehemu ya I na II)

A. Wito wa kushuhudia ni amri.

Jadili majibu ya wanafunzi wako kwa maswali I, A na I, B. Waonyeshe wanafunzi kwamba amri ya kufanya uinjilisti inarudiwa mwishoni mwa Injili zote nne, na pia ni maneno ya mwisho ya Yesu duniani katika Matendo 1. Hii ndio misheni ambayo kila Mkristo anapaswa kushiriki.

B. Injili ni amana takatifu.

Waombe wanafunzi wako wasome 1 Wathesalonike 2:4 na kuuliza, *Je, Paulo aliionaje injili?* Jibu: Aliwekewa amana. Uliza na mjadili: *Inamaanisha nini kuwekewa injili kama amana?*

Hakuna hata mmoja wetu . . . anayeweza kuachiliwa kutoka kwenye kazi ya kueneza injili kwa sababu tunajishughulisha na kazi nyingine. Japo iwe nzuri na inaweza kuwa imeunganika kwa ukaribu sana na ufalme wa Kristo, lakini haituondoi kutoka kwenye kazi ya kujitahidi kuwaleta wenye dhambi kwa Kristo.

Hakuna kitu chochote katika ulimwengu mzima wa dira ya Maandiko cha kutoa udhuru kwa kinywa chochote kutonena kwa niaba ya Yesu wakati moyo unafahamu kweli wokovu wake. Sisi sote tumeitwa kumfanya Yesu ajulikane ikiwa tunamjua... Tuaminini nguvu takatifu za Roho Mtakatifu, na tuseme ukweli kwa kutegemea uweza wake.[1]

Charles Spurgeon

C. Vizuizi katika kushuhudia

Kwa maana ya kijumla, Wakristo wanaachwa duniani baada ya wokovu wao ili kumtukuza Mungu. Kwa maana maalum, njia kuu tunayomtukuza Mungu kwayo ni kupitia uinjilisti. Hii ndio kazi tuliyopewa na Mungu.

Uliza, *Kwa hivyo, ikiwa tupo chini ya maagizo ya kiungu kushiriki injili, kwa nini tunasitasita?*Jadili majibu yanayoweza kutokea:

- ► Vitisho; kuogopa kushindwa
- ► Shinikizo la rika; hofu ya kutokubaliwa; kuitwa 'mtu wa dini'.
- ► Kutojua ujumbe wa injili

Wasaidie wanafunzi kuvifanyia kazi vizuizi hivi kwa kujadili kwamba injili iliyowekwa amana kwetu ina uweza, na kwamba ni Mungu, kwa uweza wa kusadikisha wa Roho Mtakatifu, ambaye huwaokoa watu.

1. Hatuhitaji kutishika.

Sio maneno ya mwanadamu ambayo ndio uweza wa uinjilisti, bali Roho ndiye anayeipa Injili uweza wake.

- ► Injili ina uweza—Warumi 1:16 (sehemu ya II, B)
- ► Himizo: Paulo hakuionea haya injili kwa sababu ni uweza wa Mungu
- ► Omba ili upate ujasiri wa kunena kwa ushujaa—Matendo 4:29 (sehemu ya IV, B, 3)

---

[1] Nukuu kutoka Grace Today, Grace Community Church Publication, April 1995.

2. Mungu ndiye anayebadilisha nafsi za watu.

Mungu ndiye anayebadilisha nafsi za watu, sio mjumbe. Ni kazi yetu kutoa ujumbe, lakini sio kazi yetu kumshawishi mtu kuhusu injili. Hii ni kazi ya Roho Mtakatifu.

> Uweza uliyo katika injili haupo katika ufasaha wa mhubiri, ama sivyo wanadamu wangekuwa wabadilishaji wa nafsi, wala haupo katika elimu ya mhubiri, ama sivyo ungejumuisha hekima ya wanadamu. Tunaweza kuhubiri mpaka ndimi zetu zioze, mpaka tungeyachosha mapafu yetu na kufa, lakini kamwe hakuna nafsi ambayo ingebadilika isipokuwa Roho Mtakatifu awe pamoja na neno la Mungu ili kulipa nguvu ya kubadili nafsi.
>
> Charles Spurgeon

3. Tunahitaji kuujua ujumbe.

Ni wajibu wetu daima kuwa "tayari kumjibu kila mtu awaulizaye ninyi sababu ya tumaini lililo

ndani yenu" (1 Petro 3:15, mstari wa kuhifadhi akilini).

Hii hutupeleka kwenye sehemu ya II ya somo.

3. Habari Njema ya uinjilisti: injili (sehemu ya II)

Swali la kawaida: "Ni mambo gani ambayo ni ya kimsingi katika injili?" Je, mtu anapaswa kuelewa kila jambo dogo la imani ya Kikristo ili kuokolewa? Ni wazi sivyo; basi mtu anapaswa kuelewa nini?

Kwa kiwango cha chini kabisa, mtu lazima:

- ► Ajione kuwa mwenye dhambi mbele za Mungu mtakatifu.
- ► Aelewe anahitaji Mwokozi wa kumwokoa na dhambi zake.
- ► Aelewe kwamba Mungu, kupitia dhabihu ya Kristo, ndiye njia pekee ya wokovu.

Soma na ujadili majibu ya wanafunzi wako kwa swali la II, A (1 Wakorintho 15:3–4):

- ► Jadili habari njema ambazo Paulo alihubiri.
- ► Zingatia kirai "kwa ajili ya dhambi zetu" katika mstari wa 3. Huu ni upatanisho mbadala, wazo kwamba Yesu alilipia dhambi zetu ili tuweze kusamehewa. Hapa ni mahali pazuri darasani kuhakiki tena misingi ya ujumbe wa injili ili kuhakikisha kuwa kila mtu katika darasa anaielewa.

4. Mambo muhimu ya uinjilisti (sehemu ya III)

Katika enzi ambayo inachukulia kwamba hakuna kabisa dhana kamili, ni muhimu kusisitiza kwamba injili ni ya kipekee. Inadai kukubaliwa au kukataliwa. Kuchelewesha au kukataa kuamua ni sawa na kukataa. Kama kungekuwa na njia nyingine ya watu kuokolewa, Mungu hangemtuma Mwanawe afe msalabani.

A. Misingi ya ujumbe wa injili

Waombe wanafunzi wasome majibu yao kwa maswali yote katika sehemu ya III. Hakikisha kwamba mambo yote ya kimsingi kuhusu injili yameeleweka.

---

[2]Nukuu kutoka The MacArthur New Testament Commentary series: 1 Corinthians (Moody), © 1984 by John MacArthur.

B. Mambo mengi ambayo watu hawaelewi kuhusu injili

Chati ya "Watu wengi hawaelewi kweli hizi" inastahili kuangaliwa kwa makini. *Uliza, Je, mistari hii inafundishaje au kufafanua vipi mambo ambayo watu hukosa kutilia maanani katika kufikiria kuhusu uhusiano wao na Mungu?* Labda unaweza kumpa mtu mmoja kila mstari na kumwalika mtu huyo atoe mahitimisho yake kwa wengine katika kikundi.

5. Mkakati wa Uinjilisti (sehemu ya IV)

A. Shuhudia kwa maisha yako

Ingawa matokeo ya uinjilisti yanamtegemea Mungu kitimilifu, bado ipo namna kubwa ambayo maisha yetu lazima yalingane na ujumbe wetu. Mungu amewaita Wakristo kuishi kwa njia ya kuonyesha mwanga katika maisha yetu (Mathayo 5:14–16). Wakristo wanapaswa kuwa watu "wasio na lawama" na "wasioweza kulaumika" (Wafilipi 2:14–15).

Uliza, Kwa nini ushuhuda wa maisha yetu ni muhimu sana? Jibu: Maisha yetu huenda yatapata heshima ya watu ili tuweze kusikilizwa, au tutaonekana kama wanafiki (jambo ambalo linaweza kuwa moja ya mambo mabaya sana ambayo asiyeamini anaweza kusema kuhusu Mkristo). **Zingatia:** <u>*Kila Mkristo ni shahidi wa Kristo, wakati wote*</u>. Swali ni:

- ► Je, unaakisi utauwa, unaomletea Mungu utukufu?

- ► Au, ikiwa watu wangejua wewe ni Mkristo, ungemvunjia Kristo heshima?

B. Omba

Hakiki sehemu hii pamoja na darasa lako. Sisitiza umuhimu wa kuombea fursa za kushiriki injili (Wakolosai 4:3–4) na kwamba Mungu atafungua mioyo ya wale unaowashuhudia (Waefeso 1:18).

C. Tumia Neno la Mungu

Sehemu ya IV, C inatilia mkazo matumizi ya Neno la Mungu katika mazungumzo ya kiinjilisti. Uliza, Kwa nini ni muhimu kutumia Maandiko wakati wa kuwasilisha injili, badala ya kueleza tu hoja kuu za injili?
Jibu: Neno la Mungu ndilo lenye uweza wa kuipenya nafsi, kuhukumu mawazo ya mwanadamu. Roho Mtakatifu hutumia Neno la Mungu kumsadikisha mtu kuhusu dhambi yake na hitaji la Mwokozi.

6. Utekelezaji (sehemu ya V)

Kipe kikundi muda wa kufikiria na kupanua orodha za watu wanaotaka kuwafikia kwa ajili ya Kristo walizotengeneza. Himiza kundi kuombeana kadiri Mungu anavyowapa nafasi ya kushiriki katika kazi yake ya kuwavuta watu katika ufalme.

Jitayarishe kwa Zoezi Lako

1. Pakua ujumbe #12, "Upendo na Utii," kutoka www.gty.org/fof.

2. Tumia daftari lako kuandikia kumbukumbu za ujumbe.

3. Yafanyie kazi maswali na mazoezi kwenye kurasa zifuatazo.

· · ·

Hifadhi akilini 1 Yohana 2:3–4

Katika hili twajua ya kuwa tumemjua yeye, ikiwa tunazishika amri zake. Yeye asemaye, "Nimemjua,Nimemjua," wala hazishiki amri zake, ni mwongo, wala kweli haimo ndani yake.

· · ·

❖ Tumeitwa, naamini, kumpenda Bwana Yesu Kristo, kumpenda kwa nafsi yote, moyo wote, akili yote, na nguvu zote. Na tungesema tunafanya hivyo! Ila naitazama jamii; nalitazama kanisa, na sioni aina hiyo ya ibada, aina hiyo ya kujitolea, aina hiyo ya kujiachilia kwa vipaumbele ambavyo ni vipaumbele vya kiungu. Naona tukiwa tumetawanyika katika wingi wa machaguo, tukiwekea uzito sawa au hata uzito mkubwa zaidi kwa baadhi ya mambo yanayopita kuliko mambo ya milele.

- John MacArthur

Utii ndio itikio linalotarajiwa la Mkristo kwa Bwana wake. Lakini utii ni zaidi ya kufuata seti ya kanuni. Katika somo hili, tutajifunza maana ya kuwa mtii, maeneo ya utii, na baadhi ya matokeo ya utii.

I. WITO KWA UTII

> "Kama watoto watiifu . . . Bali kama yeye aliyewaita alivyo mtakatifu, nanyi kuweni watakatifu katika mwenendo wenu wote. "—1 Petro 1:14 –15

A. Wito wa Kutii Amri za Mungu

1. Katika Yohana 14:15, Yesu alisema, "Kama mnanipenda,

<u>mtazishika amri zangu</u> ."

2. Ni nini kinachotarajiwa kwa wale wanaosikia Neno la Mungu (Yakobo 1:22)?

<u>kuwa watendaji wa Neno</u>

B. Wito wa Kumfuata Kristo

1. Ni nini kinachotakiwa kwa mtu anayemfuata Yesu (Luka 9:23)?

a. <u>kujikana nafsi</u>

b. <u>kuubeba msalaba kila siku</u>

c. <u>kumfuata Kristo</u>

2. Yesu alituwekeaje kielelezo alipoteseka kwa ajili ya utii wake kwa Mungu (1 Petro 2:20–23)?

<u>"Yeye hakutenda dhambi wala bila haikuonekana kinywani mwake: Yeye alipotukanwa, hakurudisha matukano; alipoteswa, hakutishia, bali alijikabidhi kwa yeye ahukumuye kwa haki."</u>

C. Wito kwa Kujitiisha

Tunapaswa kujitoaje kwa Mungu (Warumi 12:1)?

"Kama dhabihu iliyo hai, takatifu na inayompendeza Mungu." Hili ndilo tendo letu la kiroho la kuabudu.

II. UTII NI ALAMA YA MUUMINI WA KWELI

A. Tazama 1 Yohana 2:3–4 (mstari wa kuhifadhi akilini).

1. Kutii Neno la Mungu kunaonyesha nini?

kwamba tumekuja kumjua

2. Kuendelea kutotii Neno la Mungu kunaonyesha nini?

kwamba hatumjui Mungu na ukweli haumo ndani yetu.

B. Ni nini kinachomwainisha muumini wa kweli kuwa yule atakayeingia katika ufalme wa mbinguni (Mathayo 7:21)?

Kufanya mapenzi ya Baba

A. Soma 1 Samweli 15:16–23. Badala ya kutii amri ya Mungu kitimilifu, Mfalme Sauli alibadili njia yake mwenyewe ya ibada na kutoa udhuru wa kutotii.

1. Jibu la Samweli lilikuwa gani? Jinsi gani alilinganisha utii na dhabihu (mstari 22)?

   "Tazama, kutii ni bora kuliko dhabihu, na kusikiliza kuliko mafuta ya kondoo dume."

2. Ukaidi na uasi unalinganishwa na nini (mstari 23)?

   "Kwa maana kuasi ni kama dhambi ya uaguzi,nao ukaidi ni kama uovu wa kuabudu sanamu."

3. Kutotii kwa Sauli kulimgharimu nini (mstari 23)?

   Alikataliwa kama mfalme.

B. Tafakari Zekaria 7:8–14.

1. Watu waliitikiaje maagizo ya Mungu (mistari 11–12)?

   "Walikataa kusikiliza na kugeuza bega kaidi na kuziba masikio yao wasisikie. Waliifanya mioyo yao kuwa kama jiwe gumu ili wasiweze kuisikia sheria na maneno ambayo Bwana wa majeshi aliyatuma kwa Roho wake kupitia manabii wa awali"

2. Je, kuliathirije maombi yao (mstari 13)?

   "kwa hiyo walipoita, sikusikiliza,' asema Bwana Mwenye Nguvu Zote."

3. Matokeo yalikuwa ni yapi (mstari 14)?

   Niliwatawanya kwa upepo wa kisulisuli miongoni mwa mataifa yote, mahali ambapo walikuwa wageni Nchi ikaachwa ukiwa nyuma yao kiasi kwamba hakuna aliyeweza kuingia au kutoka. Hivi ndivyo walivyoifanya ile nchi iliyokuwa imependeza kuwa ukiwa."

Agano la Kale lina mifano mingi ya utii. Zingatia mashujaa wa imani na utii wa Agano la Kale walioorodheshwa katika Waebrania 11.

A. Utii wa Abrahamu

1. Je, ni matendo gani makuu mawili ya Abrahamu ya utii?

   a. Mwanzo 12:1–4; Waebrania 11:8 Aliondoka nyumbani kwake kwenda mahali asipopajua.

   b. Mwanzo 22:1–12 Alikuwa tayari kumtoa mwanawe Isaka kama vile Mungu alivyomwamuru

   kufanya.

Kwa sababu Abrahamu alimtii Mungu, ni mambo gani matatu ambayo Mungu alimwahidi mwana wa Abrahamu (Mwanzo 26:2–5)?

a. Uzao wake ungeongezeka kama nyota za mbinguni.

b. Uzao wake ungepewa nchi hizi zote.

c. Kupitia uzao wake mataifa yote yangebarikiwa.

B. Mfano wa Kristo wa utii

1. Je, jambo alilolijali Kristo kuliko yote lilikuwa lipi hapa duniani (Yohana 4:34)?

Alitaka kufanya mapenzi yake aliyemtuma na kuikamilisha kazi yake.

2. Hata wakati wa kukabiliana na msalaba, mtazamo wa Kristo ulikuwa upi (Luka 22:42)?

"Lakini si kama nipendavyo, bali mapenzi yako yatendeke."

3. Yesu alikuwa tayari kuwa mtii kwa kadiri gani (Wafilipi 2:8)?

"alijinyenyekeza, akatii hata mauti:naam, mauti ya msalaba."

V. AHADI NA BARAKA ZA UTII

A. Orodhesha baadhi ya baraka ambazo tumeahidiwa ikiwa tutatii amri za Mungu.

1. Yohana 15:10 Tutadumu katika pendo lake.

2. Yohana 15:14 Tutakuwa marafiki zake.

3. 1 Yohana 3:22 Tutapokea kile tunachomwomba.

B. Yesu anafananisha maisha ya mtu anayesikia na kutii neno lake na nini? (Mathayo 7:24–27)?

Na mtu mwenye busara aliyejenga nyumba yake juu ya mwamba

VI. MAENEO YA UTII

A. Yesu analinganisha na nini maisha ya mtu anayesikia na kutii Neno lake (Mathayo 28:20)?

kuyashika yote aliyotuamuru

B. Soma kila mstari hapa chini. Jaza ni yupi wa kuwa mtii kwa nani.

1. Wakolosai 3:20

a. Nani? watoto kwa nani? wazazi

b. Kwa nini? "Hii inampendeza Bwana"

2. Waefeso 5:22–24

a. Nani? wake kwa nani? waume zao wenyewe

b. Kwa nini? Kwa sababu mume ni kichwa cha mke (kama Kristo alivyo kichwa cha kanisa)

(Zingatia Waefeso 5:25–32.)

3. Waefeso 6:5–8

   a. Nani? _______ watumwa _______ kwa nani? _____ mabwana wa kidunia _____

   b. Kwa n<u>ini?</u> Mkijua kwamba jambo lolote jema mtakalofanya mtalipokea tena kutoka kwa Bwana

4. Waebrania 13:17

   a. Nani? _______ Wakristo _______ kwa nani? _________ viongozi _________

   b. Kwa n<u>ini?</u> Wanazichunga nafsi zenu na siku moja watatoa hesabu kwa ajili yazo.

   ____

5. Warumi 13:1

   a. Nani? Kila Mtu _______ kwa nani? ___ mamlaka zinazotawala ___

   b. Kwa n<u>ini?</u> Kwa sababu Mungu aliasisi serikali na kuzipa mamlaka

   ____

C. Mke anapaswa kufanya nini ikiwa mume wake sio muumini (1 Petro 3:1)?

"Kadhalika enyi wake, watiini waume zenu, ili kama kunao wasioamini lile neno, wapate kuvutwa

na mwenendo wa wake zao pasipo neno "

D. Je, ikiwa mtumishi (au mfanyakazi) ana mwajiri "mgumu"? Je, mtumishi au mfanyakazi huyo anapaswa kufanya nini (1 Petro 2:18–19)?

"Ninyi watumwa, watiini mabwana zenu kwa heshima yote, si wale mabwana walio wema na wapole peke yao, bali pia wale walio wakali. Kwa maana ni jambo la sifa kama mtu akivumilia anapoteswa kwa uonevu kwa ajili ya Mungu."

Ni lazima tukumbuke kwamba matendo yetu yote mema mbali na imani ni kama vazi chafu (Isaya 64:6). Utii bila imani ya kweli haufai kitu. Utii wetu lazima ukue kutoka kwenye moyo wa imani ya kweli kwa Mungu.

A. Kipi kilikuwa msingi wa utii wote wa Abrahamu (Waebrania 11:<u>8</u>)? _______ Imani _______

B. Soma mfano wa wale wana wawili (Mathayo 21:28–32). Ni mwana yupi aliyekuwa na mtazamo bora zaidi? Kwa nini?

   yule aliyetii

C. Tukimtumia Petro kama mfano wetu, tunapaswa kuitikiaje wakati Neno la Mungu linaonekana kinyume na hukumu yetu wenyewe (Luka 5:4–7)

   Tunapaswa kufanya kile anachosema.

D. Soma Waefeso 6:6.

1. Tunapaswa kujionaje katika kuhusiana na Kristo? _Kama watumwa wake_

2. Tunapaswa kuwa na mtazamo gani katika kufanya mapenzi ya Mungu?

kufanya mapenzi ya Mungu kutoka moyoni

> "Vivyo hivyo nanyi mkiisha kufanya mliyoagizwa, semeni, 'Sisi tu watumishi tusiostahili; tumefanya tu yale tuliyopaswa kufanya.'"— Luka 17:10

VIII. UTEKELEZAJI

A. Inamaanisha nini "kuitoa miili yenu iwe dhabihu iliyo hai, takatifu, ya kumpendeza Mungu" (Warumi 12:1)?

(Majibu Yatatofautiana)

B. Umejifunza nini kuhusu matokeo ya kutotii?

(Majibu Yatatofautiana)

C. Je, ni katika maeneo gani ya maisha yako ambayo Mungu anataka utii zaidi?

(Majibu Yatatofautiana)

UTII

MALENGO YA SOMO LA 12

1. Kuelewa kwa nini utii ni muhimu katika uhusiano na Kristo unaokua.

2. Kumsaidia mwanafunzi kuelewa kwamba utii si kufuata orodha ya Fanya na Usifanye, bali ni kumjua na kumtumikia Kristo kutoka moyoni.

MPANGILIO WA DARASA KWA SOMO LA 12

1. Jadili utii kutoka moyoni.

2. Jadili wito wa utii na jinsi tunavyopaswa kujiona kama watumwa wa Kristo.

3. Jadili hamu ya kutii kama alama ya wokovu wa kweli.

4. Himiza uchunguzi wa mitazamo ya kibinafsi kuhusu utii.

MASWALI YA KAWAIDA KWA SOMO LA 12

Nawezaje kuwa mtiifu zaidi?

Inamaanisha nini kujikana mwenyewe, kuchukua msalaba wako, na kumfuata Kristo?

MPANGILIO WA KUFUNDISHA UNAOPENDEKEZWA KWA SOMO LA 12

1. Kupasha misuli moto

Hili ni somo la kwanza kati ya mawili ambayo yanahitimisha mfululizo huu. Linaibua wazi suala la kufanya zaidi ya kujifunza kuhusu *Misingi ya Imani* hadi kufikia kuishi kwa imani. Kwa sababu hii, inaweza kusaidia kuanza kwa kujadili matokeo ya ujumbe uliorekodiwa wa somo hili. Uliza, *Je, unaona uhusiano gani kati ya kile John alichozungumza katika ujumbe wake na masomo ya awali ambayo tumejifunza katika mfululizo huu? Ni kwa jinsi gani upendo na utii hutengeneza jozi ya majibu yasiyoweza kuvunjika?*

A. Utii kutoka moyoni

Utii, unaobubujika kutoka kwa moyo wa shukrani, ni mada ya msingi ya somo hili. Upendo wetu kwa Kristo ndio msingi wa utayari wetu wa kujikana wenyewe na kumfuata Kristo. Hapa ndipo somo linapoanzia katika sehemu ya I na kugusiwa tena katika sehemu ya II, ambapo upendo wetu kwa Mungu unaakisiwa katika utii wetu kwa Neno lake. Sehemu ya VII inarudi kwenye mada hii, ambapo mtazamo wa kufanya mapenzi ya Mungu kutoka moyoni unaonekana katika Waefeso 6:6. Sisitiza kwamba utekelezaji mkuu wa somo hili juu ya utii unapaswa kuwa itikio la moyo wenye shukrani unaopendezwa na Mungu na Maandiko. Kumtii Mungu ili kupata kibali au kumlipa Mungu kwa ajili ya wokovu sio utii wa kweli na ni hatari kiroho.

B. Sheria ya ndani

Kuhusiana na utii unaobubujika kutoka moyoni ni ukweli kwamba Wakristo wana sheria ya Mungu iliyoandikwa mioyoni mwao (Waebrania 8:10). Wakristo hawapo tena chini ya Agano la Kale, ambamo sheria ilikuwa ya nje, ila tupo chini ya Agano Jipya, ambamo sheria ni ya ndani.

Kwa kuwa Wakristo wamewekwa huru kutoka katika utumwa wa sheria, na hivyo kufanywa watumwa wa Mungu (Warumi 6:22), tumewekwa huru kumtumikia Mungu kwa upendo na furaha (1 Yohana 4:19) na sio kwa kulazimishwa. Upendo hujumlisha motisha wa Mkristo wa utii (Mathayo 22:37–40)!

2. Wito wa utii (sehemu ya I)

A. Wito wa kutii (sehemu ya I, A, 1)

Sehemu ya 1 inaanza na wito wa utii kama itikio la upendo wetu kwa Mungu. Jadili maana ya kumpenda Mungu kwa moyo wako wote na kwa roho yako yote na kwa akili zako zote " (Mathayo 22:37–40). Kumfurahisha Mungu na kumpenda ni utii.

B. Wito wa kumfuata Kristo (sehemu ya I, B, 1)

Jadili maana ya kujikana nafsi yako na kubeba msalaba wako kila siku. Unganisha hili na sehemu ya I, C, Warumi 12:1, ambapo Wakristo wanahimizwa kutoa maisha yao kwa Mungu.

Zingatia: Unapozungumza juu ya *kujikana mwenyewe*, suala la utii linaweza kugeuka kwa urahisi kuwa usheria na kujihesabia haki mwenyewe. Badala ya kutengeneza orodha ya fanya usifanye, sisitiza kwamba Mkristo anahitaji kutoa moyo wake kwa Mungu na kutafuta mambo yaliyo juu (Wakolosai 2:20–3:2).

C. Nawezaje kuwa mtiifu zaidi?

Wito wa utii daima hufichua mapungufu yetu. Mojawapo ya njia kuu utii unahimizwa ni kwa kuyateka mawazo yako. Fikiria kuhusu kufanana na Kristo na utakatifu (1 Petro 1:15–16). Dumu katika mambo ya heshima, safi, na mema (Wafilipi 4:8). Hivi ndivyo Biblia inavyomaanisha inapotuamuru kuweka nia zetu katika mambo yaliyo juu (Wakolosai 3:1–2). Kadiri tunavyosoma na kuomba zaidi, ndivyo tunavyojifunza zaidi kumhusu Mungu. Kadiri tunavyojifunza zaidi kumhusu yeye, ndivyo tunavyompenda zaidi, na kadiri tunavyompenda zaidi, ndivyo tunavyomtii yeye zaidi.

D. Ni mapambano, tutaanguka

Sisi sote tutapungukiwa katika utii wetu kwa Mungu (Yakobo 3:2). Paulo alijua pambano hili vizuri sana (Warumi 7:15–19). Lakini kama Paulo, Mkristo anapaswa kuutafuta utii kwa kujikana mwenyewe (Luka 9:23) na kuyatoa maisha yake kwa Mungu (Warumi 12:1).

3. Utii ni alama ya muumini wa kweli (sehemu ya II)

Kama ilivyoonyeshwa mwishoni mwa sehemu ya II, upendo wa mtu kwa Mungu ni alama ya wokovu wa kweli (1 Yohana 2:5; 4:8) lakini zaidi ya hayo, ni alama ya kumjua Kristo.

Waambie wanafunzi watafakari juu ya mstari wa kuhifadhi akilini na wazingatie kwamba rejeleo kwa kumjua Kristo limerudiwa mara mbili. Jadili maana ya kumjua Kristo.

Zingatia: Wale wanaomjua Kristo watampenda na kulitii Neno lake. Huu ni uhusiano: kumjua Kristo kama Bwana.

> Imani ya kweli, imani iokoayo, ni yangu yote (akili, hisia, na mapenzi) kumkumbatia yeye kikamili (Mwokozi, Mtetezi, Mpaji, Mhimili, Mshauri, na Bwana Mungu). Wale walio na imani kama hii watampenda Kristo (Warumi 8:28; 1 Kor. 16:22; 1 Yohana 4:19).[1]
>
> —John MacArthur

Utii lazima utoke katika moyo wa furaha unaobubujika kutoka kwa upendo wetu kwa Kristo. Tunatii kwa sababu tunataka, sio kwa sababu lazima tutii.

4. Mifano ya kutotii na utii (sehemu ya III na IV)

Dhana ya msingi nyuma ya sehemu kubwa ya mtazamo wetu usio na uzito wa utii inahusiana na uwongo kwamba inawezekana kutotii bila kupitia matokeo yake. Sehemu kubwa ya tamaduni zetu leo inawakilisha mbinu ya pamoja ya kuishi mitindo ya maisha ambayo inakanusha ukweli wa matokeo. Watu hushtuka sana wakati tabia zao kwa kweli huzalisha magonjwa, umaskini, na misiba ya wazi ambayo hufuata matendo hayo ya kutojali. Tunaishia kuamini kwamba hatupaswi tu kufanya uchaguzi wowote tunaotamani, lakini pia tunapaswa kuwa na uweza wa kuamua matokeo yoyote ambayo yanatupendeza. Uliza, *Je, ni zipi baadhi ya shuhuda za nje au matokeo ya tabia ya kutotii (Warumi 1:26–27)? Je, kuna mtu yeyote aliyewahi kutowajibishwa kwa ajili ya dhambi? Eleza.*

5. Ahadi na baraka za utii (sehemu ya V)

Kwa upande mwingine, ikiwa mtu ni mtii, basi Mungu anaahidi baraka. Mjadala huu kwa kawaida hufuata sehemu iliyotangulia. Jadili kila moja ya ahadi katika sehemu hii.

6. Maeneo ya utii (sehemu ya VI)

Huku ahadi na baraka za utii zikizingatiwa, sehemu hii inaangazia mahusiano ya kawaida ambayo kila mmoja wetu hukabiliana nayo katika maisha yetu ya kila siku.

Uliza, *Ukiangalia mahusiano haya, inakuwa dhahiri kwamba utii sio rahisi kila wakati. Mungu anatazamia nini wakati utii ni mgumu?* Jibu: Tii kwa vyovyote vile!

Katika mahusiano haya, wakati mwingine tunaingia katika nafasi ya yule anayepaswa kutiiwa (wazazi, waume, wakubwa). Inasaidia kujikumbusha kwamba sisi vilevile tunawajibika kwa Mungu kwa jinsi tunavyotumia mamlaka yetu juu ya wengine; tunaweza kufanya iwe vigumu kwa wale wanaowajibika kwa Mungu kututii. Uliza, *Wazazi wanawezaje kufanya iwe vigumu kwa watoto wao kutii (Wakolosai 3:21)? Waume wanawezaje kufanya iwe vigumu kwa wake kutii (Wakolosai 3:19)?*

7. Mtazamo wetu kuhusu utii (sehemu ya VII)

Sehemu hii inarudi kwenye mada iliyoelezwa mwanzoni: kwamba kila Mkristo anapaswa kutamani kumtii Mungu (Zaburi 40:8). Tunapaswa kutaka kujitiisha kwa ubwana wa Kristo, tukijiona kuwa watumwa watii wa Kristo (Waefeso 6:6).

8. Utekelezaji (sehemu ya VIII)

Swali la utekelezaji wa somo linawapa changamoto wanafunzi kuandika nini maana ya "itoeni miili yenu iwe dhabihu iliyo hai, takatifu na inayompendeza Mungu" (Warumi 12:1). Uliza kama baadhi ya wanafunzi wangependa kushiriki kile walichoandika kama jibu.

---

[1] Nukuu kutoka Faith Works by John MacArthur.

Himizo la kuhitimisha: Hitimisha somo kwa kuwauliza wanafunzi kutazama maisha yao wakitafuta maeneo ambayo hawatii na kuwapa changamoto watubu na kupatanisha maisha yao na yale ambayo Maandiko yanaamuru. Wahimize wawe watakatifu: "Bali kama yeye aliyewaita alivyo mtakatifu, nanyi kuweni watakatifu katika mwenendo wenu wote; Kwa maana imeandikwa: Kuweni watakatifu, kwa kuwa mimi ni mtakatifu." (1 Petro 1:15–16).

Jitayarishe kwa Zoezi Lako

1. Pakua ujumbe #13, "Kuyajua na Kuyafanya Mapenzi ya Mungu," kutoka www.gty.org/fof.

2. Tumia daftari lako kuandikia kumbukumbu za ujumbe.

3. Yafanyie kazi maswali na mazoezi kwenye kurasa zifuatazo.

— · · · —

Hifadhi akilini Waefeso 5:17

Basi msiwe wajinga, bali mfahamu yaliyo mapenzi ya Bwana.

— · · · —

Mungu ni mkuu na ana kusudi kwa uumbaji wake wote. Ana mpango au "mapenzi" kwa kila mmoja wetu, ingawa mara nyingi tunafanya mapenzi yake kuwa magumu zaidi kuitikia kuliko yalivyo kweli. Katika somo hili tutachunguza mapenzi ya Mungu na jinsi tunavyoongozwa kuingia katika hayo.

I. MAPENZI YA MUNGU

Biblia inaonyesha vipengele viwili vya mapenzi ya Mungu: mapenzi ya ukuu na mapenzi yaliyoamriwa. Katika ukuu wa Mungu, ana mpango unaoshughulikia vipengele vyote vya uumbaji na wakati. Pia ana mapenzi yaliyoamriwa anayoyatungia sheria kwa watu wake.

A. Maana ya mapenzi ya Mungu

1. Mapenzi ya ukuu wa Mungu

Mapenzi ya ukuu wa Mungu huhusisha udhibiti wake wa msingi na kamili juu ya kila kitu. Hakuna kinachotendeka ambacho hakipo katika mpango wa Mungu. Historia kwa hakika ni kufunuliwa kwa makusudi ya Mungu, ambayo yanatukia sawasawa kabisa na alivyopanga.

Tazama kila moja ya mistari ifuatayo, na uandike wazo muhimu kuhusu mapenzi ya ukuu wa Mungu.

a. Isaya 14:24 _Hakika kama nilivyokusudia ndivyo ilivyokuwa, na kama nilivyokusudia ndivyo itakavyokuwa._

b. Waefeso 1:11b _afanyaye mambo yote kwa shauri la mapenzi yake._

"Mimi ndimi Mungu, wala hakuna mwingine aliye kama mimi. . . 'Kusudi langu ndilo litakalosimama, nami nitatenda mapenzi yangu yote.'" — Isaya 46:9–10

2. Mapenzi ya Mungu yaliyoamriwa

Mapenzi ya Mungu yaliyoamriwa yanafunuliwa katika Biblia yote kama sheria au kanuni. Ni kipengele kile cha mapenzi yake ambacho wanadamu wanawajibishwa kwacho.

a. Kulingana na Agizo Kuu (Mathayo 28:20), waumini wapya wanapaswa kufundishwa nini?

yote aliyowaamuru

b. Mungu alitoa amri kuu mbili. Ziorodheshe hapa chini

Mathayo 22:37 _"Mpende Bwana Mungu wako kwa moyo wako wote na kwa roho yako yote na kwa akili zako zote."_

Mathayo 22:39 _"Mpende jirani yako kama nafsi yako"_

B. Asili ya mapenzi ya Mungu

Mapenzi ya ukuu wa Mungu na mapenzi yaliyoamriwa yanaeleweka vyema kwa kuzingatia sifa zao mtawalia.

MAPENZI YA UKUU	MAPENZI YALIYOAMRIWA
1. Siri; yanajulikana na Mungu tu isipokuwa kama yalivyofunuliwa kupitia historia au ufunuo	1. Yamefunuliwa Katika Biblia
2. Hayawezi kupingwa au kushindwa	2. Yanaweza kupingwa au kutotiiwa
3. Yanahusisha mema na mabaya (dhambi)	3. Yanahusisha tu yale yaliyo mema na matakatifu
4. Mapana; hudhibiti vipengele vyote vya maisha, wakati, na historia	4. Mahususi; hutoa kanuni za kuishi
5. Muumini hajaamriwa kujua au kugundua kile ambacho Mungu hajakifunua	5. Waumini wanahimizwa kujua, kuelewa, na kutii yote ambayo Mungu ameyafunua.

Jifunze jedwali lililo hapo juu. Ujaribu ufahamu wako wa mapenzi ya *ukuu wa Mungu* na *mapenzi yake yaliyoamriwa.*

Andika sehemu ya mstari inayowasilisha mapenzi ya Mungu.

Tia alama kisanduku kinachofaa.

	MAPENZI YA UKUU	MAPENZI YALIYOAMRIWA
1. Wafilipi 2:13	⊗	○
"Ni Mungu atendaye kazi ndani yenu, kutaka kwenu na kutenda kwenu, kwa kulitimiza kusudi lake njema."		
2. 1 Wathesalonike 4:3	○	⊗
"Maana haya ndiyo mapenzi ya Mungu, kutakaswa kwenu, mwepukane na uasherati."		
3. 2 Wakorintho 6:14	○	⊗
"Msifungwe nira pamoja na wasioamini."		
4. Mathayo 7:21	○	⊗
"Bali yeye afanyaye mapenzi ya Baba yangu aliye mbinguni."		
5. Wafilipi 1:6	⊗	○
"Yeye aliyeanza kazi njema ndani yenu ataimaliza hadi siku ya Yesu Kristo."		
6. Yeremia 29:11	⊗	○
"Maana nayajua mawazo ninayowawazia ninyi, asema BWANA."		

C. Itikio kwa mapenzi ya Mungu

1. Je, tunapaswa kuitikiaje mapenzi ya ukuu wa Mungu?

   a. Mithali 3:5–6 Mtumaini Bwana kwa moyo wako wote wala usizitegemee akili zako mwenyewe; katika njia zako zote mkiri yeye, naye atayanyoosha mapito yako."

   b. 1 Petro 4:19 Kwa hiyo, wale wanaoteswa kulingana na mapenzi ya Mungu, wajikabidhi kwa Muumba wao aliye mwaminifu, huku wakizidi kutenda mema.

c. Yakobo 4:13–15 <u>"Kama Bwana akipenda, tutaishi na kufanya hili ama lile."</u>

2. Tunapaswa kuitikiaje mapenzi ya Mungu yaliyoamriwa?

   a. Waefeso 5:17 <u>"Kwa hiyo msiwe wajinga, bali mpate kujua nini mapenzi ya Bwana"</u>

   b. Kumbukumbu la Torati 29: <u>ili tuweze kuyafanya maneno yote ya sheria hii."</u>

   c. Kumbukumbu la Torati 11:1 <u>kushika masharti yake, amri zake, sheria zake na maagizo yake</u>

   <u>siku zote."</u>

Mungu Anaagiza; Sisi tunatii

"Bwana ni mwema na mwenye adili,kwa hiyo huwafundisha wenye dhambi njia zake. Huwaongoza wanyenyekevu katika haki,naye huwafundisha njia yake. Njia zote za Bwana ni za upendo na uaminifu kwa wale wanaoshika shuhuda za agano lake. — Zaburi 25:8–10

II. MWONGOZO

Kwa sababu ya upendo wake mkuu, Mungu amewateua tangu asili, amewaita, amewahesabia haki, na atawatukuza waumini wote. Pia anatuongoza.

A. Maana ya mwongozo

Mwongozo ni nafasi ya utendaji kazi wa Mungu katika maisha yetu, kuyatimiza makusudi yake. Yazingatie maneno yafuatayo yanayotumiwa katika Biblia kufafanua mwongozo. Andika jinsi mstari unavyowasilisha maana ya kila neno.

1. *Kuongoza* (kuchunga; kuchukua au kubeba)

   a. Zaburi 78:52 <u>Lakini aliwatoa watu wake kama kundi,akawaongoza kama kondoo kupitia</u>

   <u>jangwani.</u>

   b. Zaburi 139: <u>"uniongoze katika njia ya milele."</u>

2. *Kuelekeza* (kuonyesha; kusaidia kuelewa)

   a. Zaburi 23:3 <u>"hunihuisha nafsi yangu.Huniongoza katika njia za hakikwa ajili ya jina lake."</u>

b. Zaburi 73:24 <u>"Unaniongoza kwa shauri lako,hatimaye utaniingiza katika utukufu."</u>

3. *Kuagiza* (kuanzisha au kuandaa; kunyoosha)

   a. Mithali 16:9 <u>Moyo wa mtu huifikiri njia yake,bali Bwana huelekeza hatua zake</u>

   b. 2 Wathesalonike 3:5 <u>Bwana aiongoze mioyo yenu katika upendo wa Mungu na katika saburi ya Kristo.</u>

B. Asili ya mwongozo

Chati iliyo hapa chini inaeleza njia ambazo Mungu huwaongoza watu moja kwa moja na kwa njia isiyo ya moja kwa moja.

Mwongozo wa moja kwa moja	Mwongozo usio wa moja kwa moja
1. Ufunuo uliotamkwa kutoka kwa Mungu	1. Neno la Mungu
2. Maono	2. Dhamiri au kusadikishwa
3. Ndoto	3. Majaliwa (hali zinazodhibitiwa na Mungu)
4. Nabii/mtume akizungumza kwa niaba ya Mungu	4. Hekima na ushauri

Mwongozo wa moja kwa moja ulipatikana wakati wa Agano la Kale na nyakati za mapema za Agano Jipya. Leo, tunaona Mungu akiongoza kwa njia isiyo ya moja kwa moja. Roho Mtakatifu anafanya kazi katika maeneo yote ya uongozi usio wa moja kwa moja kama sehemu ya huduma yake kwa muumini.

1. Mwongozo kupitia Neno la Mungu

   Mtunga-zaburi anaelezaje Neno la Mungu (Zaburi 119:105)?

   <u>"Neno lako ni taa ya miguu yanguna mwanga katika njia yangu."</u>

2. Mwongozo kupitia kusadikishwa

   Paulo alichochewaje kutenda huko Athene (Matendo 17:16)?

   <u>" alisumbuka sana moyoni mwake kuona vile mji huo ulivyojaa sanamu "</u>

3. Mwongozo kupitia majaliwa ya Mungu

   Ni nini muumini anaweza kuwa na uhakika nacho licha ya mazingira (Warumi 8:28)?

   <u>"Mungu husababisha vitu vyote vifanye kazi kwa pamoja kwa wema kwa wale wanaompenda Mungu."</u>

4. Mwongozo kupitia hekima iliyotolewa na Mungu

Soma Mithali 2:1–11. Ni mambo gani manne ambayo hekima itakuwezesha kupambanua (mstari 9)?

(1) _______________ Uadilifu _________________

(2) _______________ Haki _________________

(3) _______________ Usawa _________________

(4) _______ Kila njia njema _________________

Ni nini matokeo ya kutafuta ushauri (Mithali 13:10)? ___Hekima________________________

III. UTEKELEZAJI

A. Orodhesha eneo moja ambalo unapata shida kufanya maamuzi.

(Majibu Yatatofautiana) _________________________________

____

____

B. Je, suala hili linahusisha:

O Mapenzi ya ukuu wa Mungu?

O Mapenzi ya Mungu yaliyoamriwa?

O Sijui ni yapi.

C. Itikio lako linapaswa kuwa lipi ikiwa linahusisha:

1. Mapenzi ya ukuu wa Mungu (Mithali 3:5–6)?

2. Mapenzi ya Mungu yaliyoamriwa (Yohana 15:10)?

3. Hauna uhakika (Yakobo 1:5)?

Je, utachukua hatua gani?

(Majibu Yatatofautiana) _________________________________

____

____

____

MAPENZI YA MUNGU NA MWONGOZO

1. Kuona tofauti kati ya mapenzi ya *ukuu wa Mungu* na mapenzi *yaliyoamriwa* (yaliyofunuliwa) ya

2. Kujifunza jinsi ya kutambua mapenzi ya Bwana maishani mwetu.

1. Jadili na utofautishe mapenzi ya ukuu wa Mungu na mapenzi yake yaliyoamriwa.

2. Jadili miongozo ya kiutendaji ili kuwasaidia wanafunzi kutambua mapenzi ya Bwana katika maisha yao.

Je, ninaweza kuyajua mapenzi ya ukuu wa Mungu?

Je, ninawezaje kutambua mapenzi ya Mungu katika maamuzi ya kawaida ya kila siku?

1. Kupasha misuli moto

Wapongeze washiriki wa darasa lako kwa kuwa waaminifu kumaliza kozi. Tumia Wakolosai 1:9–14 na uifanye kuwa maombi yako kwa ajili ya kikundi wanapomaliza somo hili la *Misingi ya Imani* na kuendelea katika kutembea kwao na Bwana.

2. Mapenzi ya Mungu (sehemu ya I)

Somo hili linajadili vipengele viwili vya mapenzi ya Mungu: mapenzi ya ukuu wake na mapenzi yake yaliyoamriwa (au yaliyofunuliwa). Mungu pia ana mapenzi ya kutamani ambayo hayajaendelezwa katika somo, lakini yatashughulikiwa katika maelezo haya kwa ajili ya ukamilifu wa majadiliano yako.

A. Mapenzi ya ukuu wa Mungu

Unapojadili sehemu hii ya mapenzi ya ukuu wa Mungu, sisitiza kwamba Mungu hutimiza yote

anayokusudia (Isaya 14:24; 46:9–10). Hakuna chochote cha bahati:

> ► Rudisha ukumbusho wa darasa kwenye somo #6 juu ya wokovu na jinsi Mungu "alivyowachagua tangu asili" wote ambao wangeokolewa—Warumi 8:29–30

> ► Jadili kwamba Kristo kwenda msalabani kuliamuliwa tangu asili—Matendo 2:22–23

> ► Jadili kwamba serikali zimeasisiwa na Mungu—Warumi 13:1

Uliza, *Unaitazama vipi historia?* Jibu: Historia ni hadithi yake inayojitokeza. Historia ni kuutazama mpango wa Mungu ukitendeka.

Uliza, *Je, tunaishi maisha yetu kwa mtazamo kwamba kila kitu kinachotokea katika historia tayari kimeandikwa na Mungu?*

Swali la Kawaida: "Je, ninaweza kuyajua mapenzi ya ukuu wa Mungu?" Mara nyingi, watu watajaribu kutambua mapenzi ya ukuu wa Mungu katika hali fulani, lakini hii haiwezekani kujua kwa uhakika. Mfano utasaidia. Kabla ya ndoa, mtu hawezi kusema kwamba ni mapenzi ya ukuu wa Mungu kwake kuoa msichana fulani. Lakini, baada ya kuoana, anaweza kusema hili kwa uhakika, kwa sababu lilifanyika. Kila kitu kinachotendeka ni sehemu ya mapenzi ya ukuu wa Mungu. Kabla ya jambo kutendeka, hata hivyo, haiwezekani kutambua mapenzi ya ukuu wa Mungu ni yapi.

Kwa bahati nzuri, kuna miongozo ya kutusaidia kufungamanisha mapenzi yetu na mapenzi ya ukuu wa Mungu. Miongozo hii itashughulikiwa katika sehemu zifuatazo.

B. Mapenzi ya Mungu ya kutamani (nyongeza ya somo)

Mapenzi ya Mungu ya kutamani yanalingana na mapenzi ya ukuu wake lakini hayatimizwi kila mara.

Kwa mfano:

- Yesu alitamani Yerusalemu ije kwake, lakini hawakutaka—Mathayo 23:37

- Mungu anataka watu wote waokolewe, lakini hawataokolewa—1 Timotheo 2:3–4

- Kristo anatamani wote waje. kwake, nao hawafanyi hivyo—Mathayo 11:28–29

- Mungu anatamani kwamba Wakristo wawe watiifu na kutakaswa, lakini tunaanguka—1 Wathesalonike 4:3

Mungu anatamani, lakini bado tunawajibika kutii na kufungamanisha mapenzi yetu na yake.

C. Mapenzi ya Mungu yaliyoamriwa

Mapenzi ya Mungu yaliyoamriwa pia ni sehemu ya mapenzi ya Mungu ya kutamani. Kwa bahati mbaya, mara nyingi tunashindwa kutii amri za Mungu. Kama sehemu ya I, A, 2 inavyosema, amri za Mungu zimefunuliwa katika kurasa zote za Maandiko kama sheria au kanuni.

Je, tunaweza kuyajua mapenzi ya Mungu yaliyoamriwa? Kabisa; Wakristo wanaweza kujazwa na "maarifa" ya mapenzi ya Mungu (Wakolosai 1:9). "Kujazwa" maana yake halisi ni kujazwa kitimilifu, au kudhibitiwa kabisa.

> Kuwa na ujuzi wa Neno la Mungu ukitawala akili zetu ndiyo ufunguo wa kuishi kwa uadilifu. Kinachodhibiti mawazo yako kitadhibiti tabia yako. Kujidhibiti ni matokeo ya kudhibiti akili, ambako kunategemea maarifa. Maarifa ya Neno la Mungu yatatuongoza kwenye hekima na uelewa wote wa kiroho.[1]
>
> —John MacArthur

Zingatia: Sehemu hii inafungamana moja kwa moja na somo lililopita kuhusu utii. Rudia baadhi ya hoja kuu kutoka katika somo lililotangulia kama kuhakiki na pia himizo.

Kuhitimisha sehemu hii, jadili kwa ufupi chati na zoezi, chini ya I, B, ukihakikisha kwamba wanafunzi hawachanganyi mapenzi ya ukuu wa Mungu na mapenzi yake yaliyoamriwa.

---

[1]Nukuu kutoka The MacArthur New Testament Commentary series: Colossians and Philemon (Moody), © 1992 by John MacArthur.

D. Itikio letu kwa mapenzi ya Mungu (sehemu ya I, C)

Sehemu hii inatazama itikio letu kwa mapenzi ya ukuu wa Mungu na mapenzi ya Mungu yaliyoamriwa. Hii ni sehemu muhimu ya somo na inahitaji kupanuliwa.

1. Itikio letu kwa mapenzi ya ukuu wa Mungu

Somo linazingatia ukweli kwamba tunahitaji kumwamini Mungu katika hali ambazo hatuna mwelekeo wazi, au katika hali tunapopitia majaribu. Wanafunzi wanahitaji kuelewa kwamba majaribu yapasa kutarajiwa na yanatolewa na Mungu kwa kujaribiwa kwetu:

> ► Bwana huwajaribu wenye haki—Zaburi 11:5

> ► Kujaribiwa hufunua moyo wako wa kweli—Kumbukumbu la Torati 8:2

> ► Usishangae unapojaribiwa.1 Petro 4:12

Itikio letu linahitaji kuwa la kukabidhi nafsi zetu kwa Mungu, kama inavyoonyeshwa katika mstari wa somo, 1 Petro 4:19.

2. Itikio letu kwa mapenzi ya Mungu yaliyoamriwa

Sehemu hii inasisitiza kwamba tunahitaji kujua na kutii mapenzi ya Mungu yaliyoamriwa (Waefeso 5:17; Kumbukumbu la Torati 11:1; 29:29). Kuwa mtiifu kwa yote ambayo Mungu ameyafunua katika Neno lake ni mwanzo wa kufungamanisha mapenzi yetu na mapenzi yake. Hata hivyo, hii ina maana kwamba tumezama ndani ya Maandiko ili kuyajua mapenzi ya Bwana ni yapi.

E. Miongozo ya kutambua mapenzi ya Mungu katika maamuzi ya kila siku

Swali halali ni, "Ninawezaje kujua mapenzi ya Mungu katika kuchagua kazi, au ni nani ninayepaswa kuoa?" Jibu la swali hili ni kuwa mwaminifu kwa mapenzi ya Mungu kama yanavyofunuliwa katika Biblia, na kisha kufuata mwongozo wa Zaburi 37:4 , "Jifurahishe katika Bwana; naye atakupa matamanio ya moyo wako."

Kujifurahisha wenyewe katika Bwana hujumuisha kumpenda Yeye kwa moyo wa utii. Hii inaongoza kwenye swali, "Ni maeneo gani muhimu ambayo yamefunuliwa waziwazi katika Maandiko kuwa mapenzi ya Mungu?" Ifuatayo ni orodha kwa sehemu (zingatia, kila moja imeshughulikiwa katika somo la *Misingi ya Imani*):

> ► Okoka—1 Timotheo 2:4 (somo la 5 na 6)

> ► Ujazwe Roho—Waefeso 5:18 (somo la 7)

> ► Ujitiishe kwa mamlaka—1 Petro 2:13–15 (somo la 13)

> ► Uwe tayari kuteseka kwa ajili Yake—1 Petro 3:17–18 (somo la 13)

> ► Utakaswe—1 Wathesalonike 4:3 (somo la 7 na 12)

> ► Uwe wa kujitoa—Warumi 12:1–2 (somo la 9)

Jadili kila moja ya haya na darasa. Hili litawapa mwelekeo wa kiutendaji wa kufungamanisha mapenzi yao na mapenzi ya Mungu yaliyofunuliwa. Wakati wa mazungumzo haya, ni faida kukumbuka nukuu kutoka somo #7, kuhusu kujazwa Roho:

Kujazwa Roho ni kuishi katika ufahamu wa uwepo wa kibinafsi wa Bwana Yesu Kristo, kana kwamba tumesimama karibu naye, na kuruhusu akili yake iyatawale maisha yetu. Ni kujijaza wenyewe kwa Neno la Mungu, ili mawazo yake yawe mawazo yetu, viwango vyake viwango vyetu, kazi yake kazi yetu, na mapenzi yake mapenzi yetu. Ufahamu wa Kristo unaongoza kwenye kufanana na Kristo.[2]

—John MacArthur

Himizo: Ikiwa vitu vyote katika orodha hapo juu vipo, basi fuata matamanio ya moyo wako (Zaburi 37:4), na umtumaini Mungu kwa matokeo (Mithali 3:5–6).

3. Mwongozo (sehemu ya II)

Kama ilivyotajwa katika sehemu iliyotangulia, tunahitaji kuzamia ndani, na kulitii, Neno la Mungu ili tuwe katika nafasi ya Roho Mtakatifu kutuongoza (Waefeso 5:18). Sehemu hii inaelezea baadhi ya njia ambazo Mungu hutekeleza uongozi. Mungu huongoza kupitia Neno lake, kupitia kusadikishwa kwa Roho Mtakatifu, kupitia majaliwa, na kupitia ushauri wa kiungu. Sehemu hii inamalizia kwa kumhimiza mwanafunzi aombe ili apate hekima na kutafuta ushauri wa kiungu anapofanya maamuzi. Jadili kila moja ya maeneo haya na darasa lako.

4. Utekelezaji (sehemu ya III)

Somo hili, na kozi hii, huhitimishwa kwa fursa muhimu ya kukua katika imani, ukimtumainia Mungu kukuongoza. Wajulishe kwamba utaiona kuwa heshima kusikia kutoka kwao wakati ujao, kujibu maswali mengine wanayoweza kuwa nayo, na kusikia jinsi Mungu ameyaongoza maisha yao.

---

[2]Nukuu kutoka The MacArthur New Testament Commentary series: Ephesians (Moody), © 1986 by John MacArthur